GÕ CỬA

THIỀN

GÕ CỬA THIỀN
NGUYÊN MINH
dịch và chú giải

Bản quyền thuộc về dịch giả và Nhà xuất bản Liên Phật Hội (United Buddhist Publisher - UBP).

Copyright © 2016 by Nguyen Minh
ISBN-13: 978-1981599660
ISBN-10: 1981599665

© All rights reserved. No part of this book may be reproduced by any means without prior written permission from the publisher.

NGUYÊN MINH
dịch và chú giải

TỦ SÁCH RỘNG MỞ TÂM HỒN

GÕ CỬA THIỀN

UNITED BUDDHIST PUBLISHER
NHÀ XUẤT BẢN LIÊN PHẬT HỘI

Lời nói đầu

Ngài Nam Tuyền nói: *"Tâm bình thường là đạo."* Chư vị Tổ sư dùng đến vô số phương tiện cũng không ngoài việc dẫn dắt người học đạt đến tâm bình thường này. Vì thế, thiền không phải là một lãnh vực siêu nhiên vượt ngoài phạm trù ý thức thông thường như nhiều người lầm tưởng, mà trái lại chính là sự soi rọi, chiếu sáng những trạng thái tâm thức hết sức bình thường mà mỗi người chúng ta đều đã và đang trải qua trong cuộc sống thường ngày.

Một trăm lẻ một câu chuyện trong sách này là một trăm lẻ một câu chuyện hết sức bình thường. Phần lớn được chuyển dịch sang Anh ngữ từ tập sách tiếng Nhật có tựa là *Shasekishu* (được dịch sang Anh ngữ là *Collection of stone and sand*) có nghĩa là "góp nhặt cát đá". Đúng như tên gọi đó, trong tuyển tập này bạn sẽ không tìm thấy những ngọc ngà châu báu rực rỡ muôn màu, mà chỉ có những đá sỏi, đất cát hết sức bình thường, luôn có thể tìm thấy ở bất cứ nơi đâu trong cuộc sống. Tuy nhiên, khi được soi rọi dưới ánh sáng tỉnh thức của thiền, mỗi một hòn sỏi, hạt cát nơi đây đều sẽ toát lên những ý nghĩa phi thường. Khi hiểu được điều này, người đọc sẽ nhận ra bằng tâm thức rộng mở của chính mình rằng phép mầu vi diệu nhất chính là việc bước đi vững vàng trên mặt đất.

Từ khi thiền sư *Muju* (Vô Trú) đưa ra tác phẩm này tại Nhật Bản vào khoảng thế kỷ 13, nó đã nhanh chóng cuốn hút đông đảo mọi tầng lớp người đọc. Có người tìm thấy trong tác phẩm những nụ cười ý vị, những phút giây thanh thản giải tỏa sự căng thẳng trong cuộc sống; người khác lại tìm thấy nơi đây những thông điệp sâu sắc về ý nghĩa đời sống, về mục đích cao cả nhất của một kiếp người... Nói chung, tùy theo những khả năng nhận hiểu khác nhau mà tác phẩm này hầu như có thể khơi mở được tất cả những dòng suy tư khắc khoải của mỗi người. Đó chính là nét độc đáo của tác phẩm, và cũng chính là lý do giải thích vì sao đã có rất nhiều bản dịch tác phẩm sang các ngôn ngữ khác liên tục ra đời.

Mặt khác, năng lực nhận thức của mỗi chúng ta luôn thay đổi qua sự học hỏi và kinh nghiệm sống. Vì thế, nếu bạn đã từng đọc qua tác phẩm này cách đây nhiều năm, thì chắc chắn khi đọc lại nó một lần nữa bạn cũng sẽ có được những cảm nhận khác biệt hơn so với lần đọc trước. Đây lại là một nét độc đáo khác nữa của tác phẩm. Và điều này giải thích vì sao tác phẩm vẫn tồn tại và duy trì được giá trị của chính nó qua nhiều thế kỷ, cũng như chắc chắn sẽ còn tiếp tục tồn tại lâu dài trong tương lai.

Bản Việt dịch này được thực hiện dựa trên bản Anh ngữ của *Nyogen Senzaki* và *Paul Reps*, được ấn hành lần đầu tiên tại *London* (Anh quốc) vào năm 1939, chủ yếu dựa vào tác phẩm trước đây của thiền sư *Muju* và sưu tập thêm một số các giai thoại khác trong nhà thiền, được lưu truyền rộng rãi ở Nhật trong suốt hơn 5 thế kỷ. Chúng tôi cố gắng giới thiệu với quý độc giả qua hình thức song ngữ để tạo điều kiện đối chiếu với bản tiếng Anh, qua đó những người có khả năng sử dụng tiếng Anh sẽ có thể tiếp cận tác phẩm một cách sâu sắc và toàn diện hơn. Và điều này cũng nhằm bổ sung những chỗ khiếm khuyết mà có lẽ ít nhiều không sao tránh khỏi trong bản Việt dịch, như kinh nghiệm đã cho thấy từ những bản dịch trước đây.

Cuối cùng, trong quá trình chuyển dịch, người dịch đã không sao ngăn được dòng cảm hứng được khơi dậy từ tác phẩm, nên cũng mạn phép ghi lại những cảm xúc của mình sau mỗi câu chuyện. Đây là những ý tưởng, nhận thức chủ quan của người dịch, chỉ ghi lại đây để chia sẻ phần nào cùng bạn đọc, hoàn toàn không có ý giảng giải hay bình luận về tác phẩm. Vì thế, nếu có những sai lầm hoặc nhận thức lệch lạc nào đó trong phần này, xin bạn đọc hiểu cho đó chỉ là lỗi lầm của cá nhân người dịch, không liên quan đến tác phẩm. Ngoài ra, hầu hết những câu chuyện này đều xảy ra ở Nhật, nên danh từ *"thiền"* trong toàn bộ dịch phẩm này mặc nhiên được dùng để chỉ cho pháp thiền ở Nhật (*Zen*) chứ không chỉ chung các phái thiền khác nhau trong đạo Phật.

Và bây giờ, xin mời bạn đọc bước vào thế giới của những câu chuyện bình thường, với những nhân vật và sự kiện rất bình thường, để qua đó cảm nhận được những ý nghĩa hết sức phi thường!

Mùa Xuân 2008

Nguyên Minh

1. A Cup of Tea

Nan-in, a Japanese master during the Meiji era (1868-1912), received a university professor who came to inquire about Zen.

Nan-in served tea. He poured his visitor's cup full, and then kept on pouring.

The professor watched the overflow until he no longer could restrain himself. "It is overfull. No more will go in!"

"Like this cup," *Nan-in* said, "you are full of your own opinions and speculations. How can I show you Zen unless you first empty your cup!"

Tách trà

Nan-in[1] là một thiền sư Nhật sống vào thời đại Minh Trị (1868-1912). Ngày kia, ngài tiếp một giáo sư đại học đến tham vấn về thiền.

Thiền sư rót trà mời khách. Ngài rót đầy tách trà của khách rồi nhưng vẫn tiếp tục rót.

Vị giáo sư ngồi nhìn nước trong tách trà tràn ra mãi, cho đến khi không dằn lòng được nữa phải kêu lên: "Đầy quá rồi, không thể rót thêm vào được nữa!"

Thiền sư nói: "Cũng giống như tách trà này, trong lòng ông đang chứa đầy những quan điểm và định kiến. Làm sao tôi có thể trình bày với ông về thiền nếu như trước tiên ông không làm trống cái tách của ông đi?"

---

[1] Tức thiền sư *Nan-in Zengu*, tên phiên âm Hán Việt là Nam Ẩn Toàn Ngu, sinh năm 1834 và mất năm 1904, là một thiền sư thuộc tông Lâm Tế của Nhật.

Gõ cửa thiền

Viết sau khi dịch

Mỗi chúng ta đều có một tách trà, và phần lớn là những cái tách đã đầy ắp. Vì thế, quá trình tiếp thu mỗi một tư tưởng mới thường bao giờ cũng là sự đối chọi, xung đột và tranh chấp với các tư tưởng cũ, chen chúc nhau trong một tâm thức ngày càng thu hẹp.

Thiền không chấp nhận tiến trình này. Các thiền sư không bao giờ tranh biện hay thuyết phục người khác tin theo mình. Họ chỉ giản dị sống và thể hiện thiền qua chính cuộc sống. Vì thế, sẽ không có bất cứ phương cách nào để bạn tiếp nhận thiền trừ phi bạn buông bỏ những quan điểm, định kiến sẵn có. Khi tách trà của bạn đã được làm trống, tâm thức bạn sẽ tự nhiên rộng mở và dòng nước thiền cũng tự nó dạt dào tuôn chảy. Tách trà ấy tự nó có thể chứa đựng cả ba ngàn đại thiên thế giới!

2. Finding a Diamond on a Muddy Road

Gudo was the emperor's teacher of his time. Nevertheless, he used to travel alone as a wandering mendicant. Once when he was on his way to Edo, the cultural and political center of the shogunate, he approached a little village named Takenaka. It was evening and a heavy rain was falling. *Gudo* was thoroughly wet. His straw sandals were in pieces. At a farmhouse near the village he noticed four or five pairs of sandals in the window and decided to buy some dry ones. The woman who offered him the sandals, seeing how wet he was, invited him to remain for the night in her home. *Gudo* accepted, thanking her. He entered and recited a sutra before the family shrine. He then was introduced to the woman's mother, and to her children. Observing that the entire family was depressed, *Gudo* asked what was wrong.

"My husband is a gambler and a drunkard," the housewife

2. FINDING A DIAMOND ON A MUDDY ROAD

told him. "When he happens to win he drinks and becomes abusive. When he loses he borrows money from others. Sometimes when he becomes thoroughly drank he does not come home at all. What can I do?"

"I will help him," said *Gudo*. "Here is some money. Get me a gallon of fine wine and something good to eat. Then you may retire, I will meditate before the shrine."

When the man of the house returned about midnight, quite drunk, he bellowed: "Hey, wife, I am home. Have you something for me to eat?" "I have something for you," said *Gudo*. "I happened to be caught in the rain and your wife kindly asked me to remain here for the night. In return I have bought some wine and fish, so you might as well have them."

The man was delighted. He drank the wine at once and laid himself down on the floor. *Gudo* sat in meditation beside him.

In the morning when the husband awoke he had forgotten about the previous night. "Who are you? Where do you come from?" he asked *Gudo*, who still was meditating.

"I am *Gudo* of *Kyoto* and I am going on to Edo," replied the Zen master.

The man was utterly ashamed, he apologized profusely to the teacher of his emperor.

Gudo smiled. "Everything in this life is impermanent," he explained. "Life is very brief. If you keep on gambling and drinking, you will have no time left to accomplish anything else, and you will cause your family to suffer too."

The perception of the husband awoke as if from a dream. "You are right," he declared. "How can I ever repay you for this wonderful teaching. Let me see you off and carry your things a little way."

"If you wish," assented *Gudo*.

11

The two started out. After they had gone three miles *Gudo* told him to return. "Just another five miles," he begged *Gudo*. They continued on.

"You may retain now," suggested *Gudo*. "After another ten miles," the man replied.

"Return now," said *Gudo*, when the ten miles had been passed.

"I am going to follow you all the rest of my life," declared the man.

Modern Zen teachers in Japan spring from the lineage of a famous master who was the successor of *Gudo*. His name was Mu-nan, the man who never turned back.

Hạt ngọc trong bùn

Thiền sư *Gudo*[1] là bậc thầy của vị hoàng đế đương thời. Dù vậy, ngài thường du phương hoằng hóa, một mình đi khắp đó đây như một vị tăng khất thực. Một hôm, ngài đang trên đường đến *Edo*,[2] trung tâm văn hóa chính trị của chính quyền quân sự thời ấy.[3] Khi sắp đến ngôi làng nhỏ *Takenaka* thì trời đã tối và mưa tầm tã. Thiền sư bị ướt đẫm

---

[1] Thiền sư *Gudo*: tức thiền sư *Gudo Toshoku*, tên phiên âm Hán Việt là Ngu Đường Đông Thật, sinh năm 1579 và mất năm 1661, thuộc tông Lâm Tế (Rinzai) của Nhật.

[2] Edo là tên cũ của *Tokyo*, thủ đô nước Nhật ngày nay. Kể từ năm 1868, cùng lúc với sự sụp đổ của chính quyền quân sự, nơi này bắt đầu được chọn làm thủ đô và đổi tên là *Tokyo*.

[3] Giai đoạn xảy ra câu chuyện này là vào khoảng thời đại Giang Hồ (Epoque Edo), trong khoảng năm 1600 đến 1868. Vào thời ấy, thủ đô của chính quyền quân sự là *Kyoto*, đến năm 1868 mới dời sang Edo, tức là *Tokyo* ngày nay. Chính quyền quân sự thời ấy là vương triều Tokugawa.

trong mưa, đôi dép rơm của ngài rách tả tơi. Đến một ngôi nhà gần làng, ngài nhìn thấy có khoảng bốn, năm đôi dép để nơi cửa sổ. Ngài định ghé vào mua một đôi khô ráo. Người phụ nữ trong nhà biếu ngài đôi dép và nhận thấy ngài bị ướt sũng nên mời ngài trú lại qua đêm. Thiền sư nhận lời và cảm ơn bà.

Ngài vào nhà và đọc kinh trước bàn thờ của gia đình. Sau đó, ngài được giới thiệu với mẹ và các con của người phụ nữ. Nhận thấy cả nhà đều có vẻ buồn bã, thiền sư liền hỏi họ xem có việc gì bất ổn không.

Người phụ nữ thưa với ngài: "Chồng của con là người mê cờ bạc và nghiện rượu. Lúc có vận may được bạc, anh ta uống say và đánh đập vợ con. Lúc đen đủi thua bạc, anh ta vay mượn tiền người khác. Thỉnh thoảng anh ta uống đến say mềm và không về nhà. Con biết làm sao đây?"

Ngài *Gudo* nói: "Tôi sẽ giúp anh ta. Chị cầm lấy ít tiền đây và mua cho tôi bình rượu ngon với đồ nhắm. Rồi chị có thể đi nghỉ, tôi sẽ ngồi thiền trước bàn thờ."

Khi người đàn ông về nhà vào khoảng nửa đêm, anh ta say khướt, la lối: "Này bà, tôi đã về rồi! Nhà có gì ăn không?"

Thiền sư lên tiếng: "Tôi có đồ ăn cho anh đây. Tôi bị mắc mưa và vợ anh đã tử tế mời tôi nghỉ chân qua đêm. Để đáp lại, tôi có mua về đây ít rượu và cá, anh có thể dùng."

Người đàn ông hài lòng lắm, lập tức ngồi vào đánh chén cho đến khi ngã lăn ra sàn nhà. Ngài *Gudo* ngồi thiền ngay cạnh anh ta.

Sáng ra, khi tỉnh dậy thì người chồng đã quên sạch chuyện đêm qua nên hỏi ngài *Gudo*, khi ấy vẫn còn đang ngồi thiền: "Ông là ai? Ông từ đâu đến đây?"

Thiền sư đáp: "Tôi là *Gudo* ở *Kyoto*, đang trên đường đến Edo."

Nghe tên vị Quốc sư, người đàn ông vô cùng hổ thẹn, hết lời xin ngài tha lỗi.

Ngài *Gudo* mỉm cười dạy: "Mọi thứ trên đời này đều vô thường. Cuộc sống rất ngắn ngủi. Nếu anh cứ tiếp tục cờ bạc rượu chè, anh sẽ không có thời gian để tự mình đạt được bất cứ điều gì khác, và cũng gây ra nhiều khổ đau cho gia đình."

Người đàn ông chợt thức tỉnh như vừa ra khỏi một giấc mơ. Anh ta nói: "Thầy dạy chí phải. Làm sao con có thể đền đáp ơn thầy đã dạy dỗ thức tỉnh con. Xin cho con mang hành lý tiễn thầy một đoạn ngắn."

Thiền sư chấp thuận: "Được, tùy ý anh vậy."

Hai người khởi hành. Sau khi đi được khoảng ba dặm, ngài *Gudo* bảo anh ta quay về.

Anh ta nài nỉ: "Xin đi thêm năm dặm nữa thôi."

Và họ tiếp tục đi, cho đến khi ngài *Gudo* quay sang bảo anh ta: "Giờ thì anh trở về được rồi."

Người đàn ông đáp lại: "Xin cho con tiễn thầy mười dặm nữa."

Khi đã đi thêm được mười dặm, thiền sư bảo: "Bây giờ anh hãy về đi."

Người đàn ông quả quyết: "Không, con sẽ đi theo thầy suốt quãng đời còn lại của con."

Các thiền sư Nhật thời hiện đại có nguồn gốc truyền thừa từ một vị thiền sư lỗi lạc nối pháp ngài *Gudo*. Vị thiền sư ấy có tên là ***Mu-nan,***[1] nghĩa là *"người không bao giờ quay lại"*.

---

[1] Tức thiền sư Shido Mu-nan, tên phiên âm Hán Việt là Chí Đạo Vô Nan (至道無難), dịch nghĩa là Vô Quy (không bao giờ quay lại). Ngài sinh năm 1603 và mất năm 1676, là một thiền sư thuộc tông Lâm Tế của Nhật.

Viết sau khi dịch

Từ một kẻ đam mê cờ bạc rượu chè, trong thoáng chốc đã trở thành người dứt bỏ tất cả để dấn thân vào con đường cầu đạo giải thoát và trở thành một viên ngọc quý chói sáng trong cửa thiền. Quả là một cuộc chuyển hóa nhiệm mầu, kỳ diệu đến mức vượt ngoài sức tưởng tượng!

Nhưng mỗi chúng ta thật ra đều có thể tự mình thực hiện một cuộc chuyển hóa tương tự như thế. Bởi vì vấn đề cốt lõi được nhận ra ở đây không phải đi tìm một sự toàn hảo tuyệt đối, mà là biết quay lưng vĩnh viễn với những sai lầm đã từng mắc phải.

Người có thể dứt khoát quay lưng với những sai lầm của chính mình thì sẽ không có việc gì khác không thể làm được. Điều đó hoàn toàn không dễ dàng, nhưng lại là điều mà bất cứ ai cũng có thể làm được. Chỉ cần bạn đạt được quyết tâm "không bao giờ quay lại" thì con đường phía trước chắc chắn sẽ rộng mở thênh thang hướng về một tương lai tươi sáng.

3. Is That So?

The Zen master *Hakuin* was praised by his neighbors as one living a pure life. A beautiful Japanese girl whose parents owned a food store lived near him. Suddenly, without any warning, her parents discovered she was with child.

This made her parents angry. She would not confess who the man was, but after much harassment at last named *Hakuin*.

In great anger the parents went to the master. "Is that so?" was all he would say.

After the child was born it was brought to *Hakuin*. By this time he had lost his reputation, which did not trouble him, but he took very good care of the child. He obtained milk from his neighbors and everything else the little one needed.

A year later the girl-mother could stand it no longer. She told her parents the truth that the real father of the child was a young man who worked in the fishmarket.

The mother and father of the girl at once went to *Hakuin* to ask his forgiveness, to apologize at length, and to get the child back again.

Hakuin was willing. In yielding the child, all he said was, "Is that so?"

Thật thế sao?

Thiền sư *Hakuin*[1] luôn được mọi người sống quanh ngài ca ngợi về nếp sống trong sạch, đạo hạnh. Gần nơi ngài sống có một cửa hàng thực phẩm. Hai vợ chồng người chủ cửa hàng có một cô con gái trẻ đẹp. Thật bất ngờ, một hôm hai người bỗng nhận ra cô con gái của mình đã mang thai!

Điều này làm cho cha mẹ cô gái bừng bừng nổi giận. Cô lại nhất định không chịu khai ra ai là tác giả cái bào thai đó. Tuy nhiên, sau bao nhiêu lần tra vấn hạch hỏi, cuối cùng cô lại chỉ đến thiền sư *Hakuin*!

Trong tâm trạng cực kỳ tức giận, cha mẹ cô lập tức tìm đến chỗ vị thiền sư. Sau khi nghe sự việc, ngài chỉ hỏi lại: "Thật thế sao?" Rồi chẳng biện bạch gì.

Sau khi đứa bé được sinh ra, người ta mang đến giao cho ngài. Vào lúc này, thanh danh của ngài chẳng còn gì nữa, nhưng ngài không màng đến điều đó. Ngài hết lòng chăm sóc đứa bé. Ngài đi xin sữa từ những người hàng xóm cũng như

---

[1] Tức thiền sư *Hakuin* Ekaku, phiên âm Hán Việt là Bạch Ẩn Huệ Hạc(白隱蕙鶴), sinh năm 1685 và mất năm 1768, thuộc tông Lâm Tế của Nhật.

tất cả những thứ cần thiết để nuôi dưỡng nó.

Một năm sau, người mẹ trẻ không còn dằn lòng được nữa, liền thú nhận sự thật với cha mẹ nàng, rằng người cha thực sự của đứa trẻ là một thanh niên làm việc ở chợ cá. Cha mẹ nàng lập tức đến chỗ thiền sư *Hakuin* để tạ lỗi, cầu xin sự tha thứ của ngài, và xin được nhận đứa bé về.

Thiền sư vui vẻ chấp thuận. Khi trao lại đứa bé, ngài cũng chỉ nói mỗi một câu: "Thật thế sao?"

Viết sau khi dịch

Khi phải chịu đựng những sự oán giận hay chê trách về một sự việc mà mình không hề thực hiện, chỉ có thực hành nhẫn nhục mới có thể giúp ta vượt qua được với tâm trạng thản nhiên mà không có sự khổ đau, uất ức.

Thiền sư đã chứng tỏ một khả năng chịu đựng oan khuất gần như không giới hạn. Nhưng điều đáng nói hơn nữa là ngài hầu như không tỏ ra vẻ gì cho thấy việc ngài đang phải chịu đựng. Hạnh nhẫn nhục của ngài đã thành tựu đến mức có thể chấp nhận mọi nghịch cảnh với một tâm thức an nhiên không lay động.

4. Obedience

The master *Bankei*'s talks were attended not only by Zen students but by persons of all ranks and sects. He never quoted sutras nor indulged in scholastic dissertations. Instead, his words were spoken directly from his heart to the hearts of his listeners.

His large audiences angered a priest of the Nichiren sect because the adherents had left to hear about Zen. The self-centered Nichiren priest came to the temple, determined to debate with *Bankei*.

"Hey, Zen teacher!" he called out. "Wait a minute! Whoever respects you will obey what you say, but a man like myself does not respect you. Can you make me obey you?"

"Come up beside me and I will show you," said *Bankei*.

Proudly the priest pushed his way through the crowd to the teacher.

Bankei smiled. "Come over to my left side."

The priest obeyed.

"No," said *Bankei*, "we may talk better if you are on the right side. Step over here."

The priest proudly stepped over to the right.

"You see," observed *Bankei*, "you are obeying me and I think you are a very gentle person. Now sit down and listen."

Người biết vâng lời

Những buổi giảng pháp của thiền sư *Bankei*[1] không chỉ có các thiền sinh tham dự mà còn lôi cuốn rất nhiều người thuộc đủ mọi tầng lớp trong xã hội. Ngài không bao giờ viện dẫn kinh điển, cũng không đi sâu vào những học thuyết cao siêu. Thay vì vậy, những lời ngài nói ra luôn xuất phát từ tâm thức của ngài và đi thẳng vào tâm thức người nghe.

Thính giả đông đảo của ngài làm cho một vị tăng thuộc phái *Nichiren*[2] tức giận, vì có nhiều môn đồ đã rời bỏ ông để đến nghe giảng dạy về thiền. Vị tăng tự phụ này liền tìm đến chỗ ngài *Bankei*, quyết tâm tranh biện với ngài.

---

[1] Tức thiền sư *Bankei* Eitaku, phiên âm Hán Việt là Bàn Khuê Vĩnh Trác (盤珪永琢), sinh năm 1623 và mất năm 1693, thuộc tông Lâm Tế của Nhật.

[2] Nichiren: tức tông Nhật Liên, do ngài Nichiren (1222-1282) sáng lập, còn gọi là tông Pháp Hoa, vì tông này lấy kinh Pháp Hoa làm tông chỉ.

Đến nơi, ông ta gọi lớn: "Này, thiền sư! Đợi chút đã nào! Những ai kính trọng ông đều sẽ vâng lời ông, nhưng người như tôi đây không kính trọng ông, liệu ông có thể làm cho tôi vâng lời ông chăng?"

Thiền sư *Bankei* nói: "Được, ông cứ đến bên tôi, tôi sẽ cho ông thấy."

Ông tăng ra vẻ tự đắc, rẽ đám đông tiến về phía ngài *Bankei*.

Ngài *Bankei* mỉm cười nói: "Được rồi, hãy đến đứng bên trái tôi."

Ông tăng làm theo. Nhưng ngài *Bankei* lại nói: "Ồ không, có lẽ chúng ta sẽ nói chuyện tốt hơn nếu ông đứng bên phải tôi. Nào, hãy bước sang đây."

Ông tăng vẫn với vẻ tự phụ, bước sang đứng bên phải ngài *Bankei*.

Thiền sư kết luận: "Ông thấy đó, ông thật biết vâng lời, và tôi nghĩ ông là một người rất hòa nhã. Nào, bây giờ xin hãy ngồi xuống đó lắng nghe!"

Viết sau khi dịch

Lời xưa thường nói: "Nóng mất ngon, giận mất khôn." Có những việc tưởng như rất dễ nhận ra, nhưng trong tâm trạng bị sân hận che lấp thì chúng ta thường trở nên si mê đến nỗi không sao nhận biết được. Trường hợp của ông tăng cao ngạo này là như vậy: Ngoan ngoãn vâng theo sự sai khiến của ngài Bankei mà không hề biết rằng mình đang rơi vào một cái bẫy. Và sự thành công của ngài Bankei chính là ở chỗ biết mình biết người, đã đánh đúng vào nhược điểm của một người đang tức giận, đó là sự thiếu sáng suốt.

Nhưng xét cho cùng thì mục tiêu của thiền cũng không phải là gì khác ngoài việc cố gắng loại trừ tất cả những tâm trạng thiếu sáng suốt. Vì vậy, người như ông tăng này mà tìm đến với ngài Bankei thì quả thật là đúng thầy, đúng thuốc rồi vậy!

5. You Love, Love Openly

Twenty monks and one nun, who was named Eshun, were practicing meditation with a certain Zen master.

Eshun was very pretty even though her head was shaved and her dress plain. Several monks secretly fell in love with her. One of them wrote her a love letter, insisting upon a private meeting.

Eshun did not reply. The following day the master gave a lecture to the group, and when it was over, Eshun arose. Addressing the one who had written her, she said: "If you really love me so much, come and embrace me now."

Hãy yêu công khai

Có 20 tăng sinh và một ni cô tên *Eshun*[1] cùng theo học thiền với một vị thiền sư.

Ni cô *Eshun* vô cùng xinh đẹp, cho dù đã cạo tóc và ăn mặc đơn sơ. Nhiều tăng sinh đem lòng thầm yêu trộm nhớ, và một người trong số đó đã viết cho cô một lá thư tình, khẩn khoản xin cô một buổi hẹn hò.

Eshun không viết thư trả lời. Ngay hôm sau đó, vị thiền sư có buổi giảng pháp chung cho cả nhóm. Sau buổi giảng, *Eshun* từ chỗ ngồi đứng dậy, hướng mắt về phía vị tăng sinh đã viết thư cho mình và nói: "Nếu anh thật lòng yêu tôi nhiều đến thế, thì ngay bây giờ hãy đến ôm tôi đi!

---

[1] Eshun: từng được phiên âm là Huệ Xuân.

6. NO LOVING-KINDNESS

Viết sau khi dịch

Có những việc dù biết là không tốt nhưng người ta vẫn có thể mắc vào, nếu họ tin rằng sẽ không có ai hay biết. Trong đạo Phật thường nói đến cả hai tâm trạng tàm và quý. Khi lỡ mắc phải một sai lầm, cần phải có cả hai tâm tàm và quý mới có thể giúp ta nhanh chóng cải hối và không còn tái phạm. Tàm là tự thẹn với lòng mình, và quý là xấu hổ với người khác. Hầu như đa số mọi người đều biết xấu hổ với người khác về việc xấu mình đã làm, nhưng biết nuôi dưỡng tâm hổ thẹn với chính mình thì không phải ai cũng có. Ông tăng lén lút nghĩ đến chuyện tư tình, chính là vì đã có quý mà chẳng có tàm! Vì thế nên cách tốt nhất để liệu trị căn bệnh của ông không gì bằng công khai sự việc!

6. No Loving-Kindness

There was an old woman in China who had supported a monk for over twenty years. She had built a little hut for him and fed him while he was meditating, finally she wondered just what progress he had made in all this time.

To find out, she obtained the help of a girl rich in desire. "Go and embrace him," she told her, "and then ask him suddenly: "What now?"

The girl called upon the monk and without much ado caressed him, asking him what he was going to do about it.

"An old tree grows on a cold rock in winter,'" replied the monk somewhat poetically. "Nowhere is there any warmth."

The girl returned and related what he had said.

"To think I fed that fellow for twenty years!" exclaimed the old woman in anger. "He showed no consideration for your need, no disposition to explain your condition. He need not have responded to passion, but at least he should have evidenced some compassion."

She at once went to the hut of the monk and burned it down.

Chẳng động lòng thương

Có một bà cụ ở Trung Hoa là thí chủ của một vị tăng trong hơn hai mươi năm. Bà đã dựng cho ngài một cái am nhỏ và cúng dường thực phẩm hằng ngày để ngài tu thiền. Cuối cùng, bà muốn biết việc tu tập của vị tăng đã tiến triển đến mức nào trong suốt thời gian đó.

Để biết được điều đó, bà liền nhờ đến một cô gái đầy dục vọng. Bà bảo cô gái: "Hãy đến ôm lấy ông ta rồi bất ngờ hỏi xem ông ấy muốn làm gì."

Cô gái tìm đến chỗ vị tăng, bất ngờ ôm chầm lấy và vuốt ve ông, rồi hỏi ông muốn làm gì tiếp theo.

Vị tăng trả lời có phần hơi thơ mộng: "Như cây cổ thụ mọc trên tảng đá lạnh mùa đông, không tìm đâu ra chút hơi ấm nào!"

Cô gái quay về và kể lại những gì vị tăng đã nói.

Bà cụ kêu lên một cách giận dữ: "Nghĩ mà xem! Vậy mà ta đã nuôi dưỡng cái gã ấy hơn hai mươi năm rồi! Hắn ta chẳng lưu tâm gì đến nhu cầu của cô, cũng không thèm tìm hiểu rõ hoàn cảnh của cô. Cứ cho là hắn không cần phải đáp lại dục tình, nhưng ít nhất cũng phải biểu lộ đôi chút từ tâm chứ!"

Bà lập tức đến chỗ cái am nhỏ của vị tăng và nổi lửa thiêu rụi.

Viết sau khi dịch

Tình dục và tình thương dường như không có sự phân biệt

rõ nét. Đôi khi tình dục có thể biến thành tình thương, nhưng thường xảy ra hơn lại là điều ngược lại.

Phụ nữ là đối tượng khơi dậy tình dục, nên người tu tập phải hết sức cảnh giác cũng là chuyện dễ hiểu. Tuy nhiên, xét cho cùng thì phụ nữ cũng là con người. Nếu chỉ vì họ là đối tượng khơi dậy tình dục nơi nam giới mà không yêu thương họ thì thật sai lầm và bất công!

Vì thế, đòi hỏi của bà cụ nơi vị tăng kia tuy có phần hơi quá đáng nhưng thật ra cũng không phải là không có lý!

7. Announcement

Tanzan wrote sixty postal cards on the last day of his life, and asked an attendant to mail them. Then he passed away.

The cards read:

    I am departing from this world.

    This is my last announcement.

Tanzan

July 27, 1892.

Thông báo

Ngày cuối đời, thiền sư *Tanzan*[1] đã viết 60 tấm bưu thiếp và bảo người thị giả của ngài mang gửi hết đi. Rồi ngài viên tịch.

Trên tấm bưu thiếp viết rằng:

    Tôi sắp rời khỏi thế giới này.

    Đây là thông báo cuối cùng của tôi.

Tanzan,

Ngày 27 tháng 7 năm 1892

---

[1] Thiền sư *Tanzan* thuộc tông Tào Động của Nhật Bản, sinh năm 1819, mất năm 1892, tên phiên âm là Đàm Sơn.

Gõ cửa thiền

Viết sau khi dịch

Mỗi ngày quanh ta đều có những lời cảnh báo về cái chết, khi có những người khác từ giã cuộc đời này. Nhưng hầu hết chúng ta đều phớt lờ đi và không bao giờ chịu nhớ rằng chính mình rồi cũng sẽ chết. Nếu mỗi người chúng ta đều luôn nhớ đến điều này, chắc chắn ta sẽ làm được nhiều việc có ý nghĩa hơn!

Thiền sư với tâm từ bi vô lượng nên trước khi rời bỏ cuộc đời còn cố gắng gửi đến cho chúng ta những lời cảnh báo cuối cùng, nhất là những lời cảnh báo về cái chết được đưa ra bởi một người còn sống!

8. Great Waves

In the early days of the Meiji era there live a well-known wrestler called O-nami, Great Waves.

O-nami was immensely strong and knew the art of wrestling. In his private bouts he defeated even his teacher, but in public he was so bashful that his own pupils threw him.

O-nami fell he should go to a Zen master for help. Hakuju, a wandering teacher, was stopped in a little temple nearby, so O-nami went to see him and told him of his trouble.

"Great Waves is your name," the teacher advised, "so stay in this temple tonight, imaging that you are those billows. You are no longer wrestler who is afraid. You are those huge waves sweeping everything before them, swallowing all in their path. Do this and you will be the greatest wrestler in the land."

The teacher retired. O-nami sat in meditation trying to imagine himself as waves. He thought of many different things. Then gradually turned more and more to the feeling of the wave. As the night advanced the waves became huger and huger. They swept away the flowers in their vases. Even the Buddha in the shrine was inundated. Before dawn the temple was nothing but the ebb and flow of an immense sea.

In the morning the teacher found O-nami meditating, a faint smile on his face. He patted the wrestler's shoulder. "Now nothing can disturb yon," he said. "You are those waves. You will sweep everything before you."

The same day O-nami entered the wrestling contests and won. After that, no one in Japan was able to defeat him.

Những đợt sóng lớn

Vào đầu thời Minh Trị (1868-1912), có một nhà đô vật nổi tiếng tên là *O-nami*, trong tiếng Nhật có nghĩa là "những đợt sóng lớn".

O-nami vừa có sức mạnh cực kỳ, vừa giỏi thuật đô vật. Trong những trận đấu không có người xem, anh ta đánh bại cả thầy dạy, nhưng khi thi đấu trước công chúng, anh ta lại quá bối rối đến nỗi để thua cả những học trò của chính mình!

O-nami cảm thấy nên tìm đến sự giúp đỡ của một vị thiền sư. Khi ấy, có một vị tăng hành cước[1] là *Hakuju* đang dừng chân ở một ngôi chùa nhỏ gần đó. *O-nami* liền tìm đến bái kiến và trình bày với ngài những bất ổn của mình.

Vị thiền sư bảo: "Tên anh có nghĩa là 'những đợt sóng lớn', vậy đêm nay anh hãy ở lại chùa này, cố hình dung mình là những đợt sóng lớn đó. Hãy nghĩ rằng anh không còn là một nhà đô vật luôn lo lắng, sợ sệt nữa, mà là những đợt sóng lớn cuốn phăng đi mọi thứ ở phía trước, nhấn chìm tất cả những

---

[1] Tăng hành cước: vị tăng không có trú xứ nhất định mà thường xuyên đi khắp đó đây, hoặc để cầu thầy học đạo, hoặc để hoằng hóa chúng sinh.

gì cản đường. Hãy làm đúng như thế và anh sẽ trở thành nhà đô vật vĩ đại nhất nước."

Rồi vị thiền sư đi nghỉ. *O-nami* ngồi xuống thiền định, cố hình dung chính mình là những đợt sóng lớn. Ban đầu, anh nghĩ đến rất nhiều chuyện, nhưng dần dần cảm giác mình là những đợt sóng ngày càng lớn dần lên trong anh. Càng về khuya, những đợt sóng càng lớn hơn, rồi lớn hơn nữa. Chúng cuốn phăng đi những bó hoa cắm trong các độc bình. Ngay cả tượng Phật trên điện thờ cũng bị nhấn chìm trong sóng nước. Trước khi trời sáng, anh đã cảm thấy cả ngôi chùa không còn gì khác ngoài những đợt sóng tràn của mặt biển mênh mông.

Sáng ra, vị thiền sư nhìn thấy *O-nami* vẫn còn đang ngồi thiền, một nụ cười thoáng nhẹ trên khuôn mặt. Ngài vỗ nhẹ lên vai nhà đô vật và nói: "Giờ thì không còn gì có thể làm cho anh bối rối được nữa. Anh chính là những đợt sóng lớn, anh sẽ cuốn phăng đi mọi thứ ở phía trước."

Ngay trong ngày đó, *O-nami* tham gia những trận đấu vật và đều chiến thắng. Từ đó về sau, khắp nước Nhật không còn ai có thể đánh bại được anh.

Viết sau khi dịch

Một người bạn tôi nhiều lần thi hỏng vì không sao giữ được bình tĩnh trong phòng thi. Một người bạn khác thường xuyên thất bại vì chưa bao giờ theo đuổi một dự án nào đến nơi đến chốn. Ngay cả khi mọi việc đang tiến triển thuận lợi thì anh vẫn có thể bỏ cuộc vì một nỗi ám ảnh của sự thất bại.

Ý chí là một trong những yếu tố then chốt quyết định sự thành công. O-nami đã có đủ mọi điều kiện để chiến thắng, nhưng anh không có một ý chí kiên định. Vì thế, vị thiền sư đã giúp anh bằng cách bổ sung đúng yếu tố này. Điều kỳ lạ nhất là, trong khi có rất nhiều tố chất bẩm sinh khác không hoàn toàn giống nhau ở mỗi người, thì việc rèn luyện một ý chí kiên định là điều mà bất cứ ai cũng có thể làm được. Và hơn thế nữa, đây lại là điểm khởi đầu của tất cả mọi sự nghiệp khác nhau.

9. The Moon Cannot Be Stolen

Ryokan, a Zen master, lived the simplest kind of life in a little hut at the foot of a mountain. One evening a thief visited the hut only to discover there was nothing in it to steal.

Ryokan returned and caught him. "You may have come a long way to visit me," he told the prowler, "and you should not return empty-handed. Please take my clothes as a gift."

The thief was bewildered, he took the clothes and slunk away.

Ryokan sat naked, watching the moon. "Poor fellow," he mused, "I wish I could give him this beautiful moon."

Vầng trăng không thể đánh cắp

Thiền sư *Ryokan*[1] sống hết sức thanh đạm trong một căn lều nhỏ dưới chân núi. Một hôm, trời vừa tối thì có tên trộm đến viếng căn lều của ngài và không tìm ra được món gì để lấy cả!

Vừa lúc thiền sư trở về bắt gặp. Ngài nói với tên trộm: "Hẳn là anh đã phải đi khá xa để đến thăm tôi, anh không nên trở về tay không, hãy nhận lấy quần áo của tôi như một món quà vậy."

Tên trộm lấy làm hoang mang bối rối. Hắn chộp lấy bộ quần áo rồi chuồn mất.

---

[1] Tức thiền sư Daigu Ryokan, sinh năm 1758 và mất năm 1831, tên phiên âm là Đại Ngu Lương Giám.

Thiền sư *Ryokan* ngồi ngắm trăng, trên người không một tấc vải, trầm ngâm suy nghĩ: "Anh bạn tội nghiệp! Ước gì ta có thể cho anh vầng trăng xinh đẹp này!"

Viết sau khi dịch

Điều làm chúng ta giận ghét một tên trộm chính là vì đã lấy đi những thứ "của ta". Nhưng nếu trên đời này chẳng có gì là "của ta" cả thì làm gì có kẻ trộm? Vì thế, dưới mắt thiền sư chỉ có một anh bạn tội nghiệp mà thôi! Tội nghiệp là vì luôn sẵn có những của báu vô giá như vầng trăng xinh đẹp kia nhưng anh ta chẳng bao giờ biết dùng đến, mà chỉ mải miết đi lục lọi, tìm kiếm những thứ không thật sự đáng giá!

10. The Last Poem of Hoshin

The Zen master Hoshin lived in China many years. Then he returned to the northeastern part of Japan, where he taught his disciples. When he was getting very old, he told them a story he had heard in China. This is the story:

One year on the twenty-fifth of December, Tokufu, who was very old, said to his disciples: "I am not going to be alive next year so you fellows should treat me well this year."

The pupils thought he was joking, but since he was a great-hearted teacher each of them in turn treated him to a feast on succeeding days of the departing year.

On the eve of the new year, Tokufu concluded: "You have been good to me. I shall leave you tomorrow afternoon when the snow has stopped."

The disciples laughed, thinking he was aging and talking-nonsense since the night was clear and without snow. But at midnight snow began to fall, and the next day they did not find their teacher about. They went to the meditation hall.

There he had passed on.

Hoshin, who related this story, told his disciples: "It is not necessary for a Zen master predict his passing, but if he really wishes to do so, he can."

"Can you?" someone asked. "Yes," answered Hoshin. "I will show you what I can do seven days from now."

None of the disciples believed him, and most of them had even forgotten the conversation when Hoshin next called them together.

"Seven days ago," he remarked, "I said I was going to leave you. It is customary to write a farewell poem, but I am neither poet nor calligrapher. Let one of you inscribe my last words."

His followers thought he was joking, but one of them started to write.

"Are you ready?" Hoshin asked.

"Yes, sir," replied the writer.

Then Hoshin dictated:

> *I came from brilliancy*
> *And return to brilliancy*
> *What is this?*

The poem was one line short of the customary form, so the disciple said: "Master, we are one line short."

Hoshin, with the roar of a conquering lion, shouted "Kaa!" and was gone.

Bài thơ cuối cùng

Thiền sư *Hoshin*[1] sống ở Trung Hoa nhiều năm rồi trở về trụ ở miền đông bắc Nhật Bản, thu nhận đồ chúng. Khi đã rất cao tuổi, ngài kể cho các đệ tử của mình nghe một

---
[1] Tức thiền sư Hosenji Hoshin.

câu chuyện đã từng được nghe ở Trung Hoa. Chuyện kể như sau:

"Vào ngày 25 tháng Chạp (khoảng năm 1091), thiền sư Đức Phổ bảo với các đệ tử của ngài rằng: 'Thầy sẽ không sống được trong năm tới, nên các con hãy chăm sóc tốt cho thầy trong năm nay.'

"Đồ chúng đều nghĩ là ngài đang nói đùa, nhưng vì ngài là một bậc thầy hết lòng thương yêu đệ tử nên những ngày cuối năm đó họ luôn thay phiên nhau chăm sóc và chiêu đãi ngài.

"Cho đến đêm giao thừa, thiền sư Đức Phổ nói với các đệ tử: 'Các con đã đối xử rất tốt với ta. Chiều mai, khi tuyết ngừng rơi ta sẽ giã biệt các con.'

"Các đệ tử đều cười lớn, nghĩ rằng thầy đã già quá nên nói năng lẩm cẩm, bởi vì đêm ấy trời rất trong và không có tuyết!

"Nhưng đến nửa đêm thì tuyết bắt đầu rơi. Và ngày hôm sau thì không ai nhìn thấy thầy đâu cả. Họ chạy đến thiền đường. Ở đó, thiền sư đã viên tịch."

Sau khi kể xong câu chuyện, thiền sư *Hoshin* nói với các đệ tử: "Một vị thiền sư không cần thiết phải báo trước thời điểm viên tịch của mình, nhưng nếu ngài thực sự muốn làm điều đó thì có thể làm được."

Một người trong số đồ chúng lên tiếng hỏi: "Thầy có thể làm vậy được không?"

Thiền sư *Hoshin* đáp: "Được! Bảy ngày nữa ta sẽ cho các con thấy điều ta có thể làm được."

Không một đệ tử nào tin lời thầy! Thậm chí đến bảy ngày sau, khi ngài *Hoshin* cho gọi mọi người đến thì hầu hết bọn họ đều đã quên bẵng đi câu chuyện ấy!

Khi ấy, thiền sư *Hoshin* nói với các đệ tử: "Cách đây bảy ngày, ta có nói là sẽ giã biệt các con. Theo lệ thường thì ta phải viết một bài kệ thị tịch, nhưng ta chẳng biết làm thơ, cũng không viết chữ đẹp, vậy một người nào đó trong các con hãy ghi lại những lời cuối cùng của ta."

Mọi người đều nghĩ rằng ngài đang nói đùa. Tuy nhiên, một người trong bọn cũng chuẩn bị để viết.

Thiền sư *Hoshin* hỏi: "Con đã sẵn sàng chưa?"

Người cầm viết đáp: "Vâng, thưa thầy."

Ngài *Hoshin* bắt đầu đọc:

> *Quang minh tịch chiếu hà sa,*
> *Ta từ đó đến cũng về đó thôi.*
> *Quang minh ấy thật là gì?*

Theo hình thức thông thường thì bài kệ này còn thiếu một câu, vì thế người đệ tử liền nói: "Bạch thầy, chúng ta còn thiếu một câu nữa."

Ngài *Hoshin* hét lên như tiếng gầm của một con sư tử chinh phục muông thú: "*Kaa!*"

Rồi ngài viên tịch.

Viết sau khi dịch

Báo trước được thời điểm viên tịch không phải là điều kiện tất yếu để trở thành một thiền sư chứng ngộ, nhưng một thiền sư chứng ngộ thì chắc chắn có thể báo trước thời điểm viên tịch của ngài. Vị thiền sư chứng ngộ không cần thiết phải làm điều đó, bởi vì như thế chỉ có thể làm cho mọi người thán phục chứ không giúp ích gì cho sự giải thoát của ngài. Điều quan trọng hơn cần thấy được ở đây chính là sự ung dung tự tại trong sống chết, cho thấy rằng vị ấy đã biết chắc được nơi mình sẽ đến!

11. The Story of Shunkai

The exquisite *Shunkai* whose other name was Suzu was compelled to marry against her wishes when she was quite young. Later, after this marriage had ended, she attended the university, where she studied philosophy.

To see *Shunkai* was to fall in love with her. Moreover, wherever she went, she herself fell in love with other. Love was with her at the university, and afterwards, when philosophy did not satisfy her and she visited a temple to learn about Zen. The Zen students fell in love with her. *Shunkai's* whole life was saturated with love.

At last in *Kyoto* she became a real student of Zen. Her brothers in the sub-temple of Kennin praised her sincerity. One of them proved to be a congenial spirit and assisted her in the mastery of Zen.

The abbot of Kennin, *Mokurai*, Silent Thunder, was severe. He kept the precepts himself and expected his priests to do so. In modern Japan whatever zeal these priests have lost for Buddhism they seem to have gained for having wives. *Mokurai* used to take a broom and chase the women away when he found them in any of the temples, but the more wives he swept out, the more seemed to come back.

In this particular temple the wife of the head priest became jealous of *Shunkai's* earnestness and beauty. Hearing the students praise her serious Zen made this wife squirm and itch. Finally she spread a rumor about *Shunkai* and the young man who was her friend. As a consequence he was expelled and *Shunkai* was removed from the temple.

"I may have made the mistake of love," thought *Shunkai*, "but the priest's wife shall not remain in the temple either if my friend is to be treated so unjustly."

Shunkai the same night with a can of kerosene set fire to

the five-hundred-year old temple and burned it to the ground. In the morning she found herself in the hands of the police.

A young lawyer became interested in her and endeavored to make her sentence lighter. "Do not help me," she told him. "I might decide to do something else which would only imprison me again."

At last a sentence of seven years was completed, and *Shunkai* was released from the prison, where the sixty-year-old warden also had become enamored of her.

But now everyone looked upon her as a "jailbird." No one would associate with her. Even the Zen people, who are supposed to believe in enlightenment in this life and with this body, shunned her. Zen, *Shunkai* found, was one thing and the followers of Zen quite another. Her relatives would have nothing to do with her. She grew sick, poor, and weak.

She met a Shinshu priest who taught her the name of the Buddha of Love and in this *Shunkai* found some solace and peace of mind. She passed away when she was still exquisitely beautiful and hardly thirty years old.

She wrote her own story in a futile endeavor to support herself and some of it she told to a woman writer. So it reached the Japanese people. Those who rejected *Shunkai*, those who slandered and hated her now read of her life with tears of remorse.

Chuyện nàng Shunkai

Nàng *Shunkai*[1] xinh đẹp còn có tên gọi là *Suzu*, khi còn rất trẻ đã bị ép buộc phải lập gia đình, dù nàng không ưng thuận. Sau khi cuộc hôn nhân này tan vỡ, nàng bắt đầu theo học môn triết ở một trường đại học.

---

[1] *Shunkai*: được phiên âm là Xuân Khai.

Nàng quá đẹp nên ai nhìn thấy cũng đem lòng yêu. Hơn nữa, chính nàng cũng nảy sinh tình yêu với người khác ở khắp nơi. Nàng sống trong tình yêu suốt thời gian ở trường đại học. Rồi sau đó, khi không thỏa mãn với triết học, nàng tìm đến một ngôi chùa để học về thiền. Tại đây, các thiền sinh lại đem lòng yêu nàng. Cả cuộc đời *Shunkai* luôn thấm đẫm tình yêu!

Cuối cùng, nàng trở thành một thiền sinh thực sự ở *Kyoto*. Các vị sư huynh ở thiền viện chi nhánh của *Kennin* đều ca ngợi sự chân thành của nàng. Một người trong số đó tỏ ra rất tương đắc và đã giúp nàng am hiểu về thiền.

Vị Viện chủ của thiền viện *Kennin* tên là *Mokurai*, trong tiếng Nhật có nghĩa là *"tiếng sấm im lặng"*. Ông là một người rất nghiêm khắc. Ông tự mình nghiêm trì giới luật và đòi hỏi các tăng sĩ trong thiền viện của ông cũng phải vậy. Trong thời hiện đại ở Nhật, bầu nhiệt huyết mà các tăng sĩ đã mất đi đối với đạo Phật dường như lại trở nên sôi sục khi họ theo đuổi đời sống có gia đình! Ngài *Mokurai* thường cầm chổi rượt đuổi những người phụ nữ khi thấy họ xuất hiện ở bất cứ thiền viện nào (thuộc *Kennin*). Nhưng ngài càng xô đuổi thì dường như họ lại càng trở lại nhiều hơn!

Tại thiền viện chi nhánh nơi nàng *Shunkai* tu tập, bà vợ của vị sư trưởng trở nên ghen ghét với lòng nhiệt thành và sắc đẹp của nàng. Khi nghe các thiền sinh ca ngợi việc hành thiền nghiêm cẩn của nàng, bà càng thấy lúng túng, khó chịu. Cuối cùng, bà phao tin rằng *Shunkai* dan díu với một tăng sinh trẻ, bạn của nàng. Kết quả là anh tăng sinh này bị trục xuất và *Shunkai* cũng bị đuổi ra khỏi thiền viện.

Nàng *Shunkai* suy nghĩ: "Dù ta có mắc lỗi về chuyện yêu đương thì bà vợ ông sư trưởng cũng không thể ở lại thiền viện này nếu như bạn ta bị đối xử quá bất công như vậy."

Và ngay trong đêm ấy, nàng mang một thùng dầu hỏa

đến châm lửa đốt rụi ngôi thiền viện cổ đã 500 năm tuổi này. Sáng hôm sau, nàng bị nhà cầm quyền bắt giam.

Một luật sư trẻ quan tâm đến nàng và đã cố gắng làm giảm nhẹ bản án. Nhưng nàng bảo anh ta: "Đừng giúp tôi! Biết đâu tôi sẽ quyết định làm một việc gì khác nữa và cũng sẽ vào tù lại thôi."

Cuối cùng, bản án 7 năm tù cũng trôi qua, và *Shunkai* được thả ra khỏi nhà tù, chia tay với người cai tù 60 tuổi đã đem lòng yêu nàng say đắm!

Nhưng giờ đây mọi người đều nhìn nàng như một kẻ mang tiền án "vào tù ra tội". Không ai muốn gần gũi nàng! Ngay cả những người trong nhà thiền cũng xa lánh nàng, dù họ được cho là luôn tin vào sự giác ngộ ngay trong kiếp này, với thân xác này. *Shunkai* chợt nhận ra rằng, thiền học là một chuyện, và những người học thiền lại là một chuyện hoàn toàn khác! Bà con thân thuộc cũng không ai muốn liên hệ gì với nàng. Nàng ngã bệnh, trở nên nghèo nàn và yếu đuối.

Rồi nàng gặp một tăng sĩ thuộc phái *Shinshu*.[1] Vị này dạy nàng pháp môn niệm danh hiệu đức Phật A-di-đà, nhờ đó nàng tìm được đôi chút khuây khỏa và thanh thản. Nàng qua đời khi nhan sắc vẫn còn tuyệt đẹp và chưa tròn 30 tuổi!

Nàng đã ghi chép lại chuyện đời mình trong một nỗ lực vô vọng nhằm động viên chính mình và cũng kể lại phần nào cho một nhà văn nữ. Nhờ vậy mà câu chuyện đời nàng đã được người dân Nhật biết đến. Những người trước đây đã từng từ khước *Shunkai*, đã từng phỉ báng và ghét bỏ nàng, giờ đây đều đọc lại câu chuyện đời nàng với những giọt nước mắt ăn năn hối tiếc!

---

[1] Tức Chân tông, do ngài Chân Loan (1173-1262) sáng lập vào đầu thế kỷ 13 ở Nhật Bản.

Viết sau khi dịch

Với một nhan sắc bẩm sinh và một tâm hồn đa cảm, chuyện đời nàng Shunkai thấm đẫm hương vị tình yêu cũng là chuyện dễ hiểu. Tuy nhiên, điều này không đủ để tạo nên bi kịch, vì nàng hoàn toàn có thể trở nên một quý phu nhân giàu sang quyền quý, nếu như nàng muốn thế. Nhưng vì ngay từ khi còn trẻ nàng đã muốn khước từ cuộc sống gia đình và ấp ủ một sự khát khao đi tìm chân lý, thể hiện qua việc theo học triết học và rồi từ bỏ triết học để đến với thiền, nên cuộc đời nàng mới tràn ngập những sóng gió biến động.

Tiếc thay! Nàng đã không có đủ cơ duyên để gặp được những pháp khí chân thật của thiền môn, nên đã không thể chuyển hóa được những nhân tố khổ đau trong cuộc đời mình. Dù vậy, phải thừa nhận là nàng đã sống hết sức mình, và đã làm được tất cả những gì có thể!

12. Happy Chinaman

Anyone walking about Chinatowns in America will observe statues of a stout fellow carrying a linen sack. Chinese merchants call him Happy Chinaman or Laughing Buddha.

This Hotei lived in the Tang dynasty. He had no desire to call himself a Zen master or to gather many disciples about him. Instead he walked the streets with a big sack into which he would put gifts of candy, fruit, or doughnuts. These he would give to children who gathered around him in play. He established a kindergarten of the streets.

Whenever he met a Zen devotee he would extend his hand and say: "Give me one penny." And if anyone asked him to return to a temple to teach others, again he would reply: "Give me one penny."

Once as he was about his play-work another Zen master

happened along and inquired: "What is the significance of Zen?"

Hotei immediately plopped his sack down on the ground in silent answer.

"Then," asked the other, "what is the actualization of Zen?"

At once the Happy Chinaman swung the sack over his shoulder and continued on his way.

Hoan Hỷ Phật

Bất cứ ai từng dạo qua các phố người Hoa ở Mỹ đều nhìn thấy những pho tượng tạc hình một người mập mạp vác cái túi vải trên vai. Những thương gia người Hoa gọi đó là "ông Tàu vui vẻ" hay Hoan Hỷ Phật.[1]

Vị Hòa thượng Bố Đại này sống vào đời nhà Đường.[2] Ngài không bao giờ muốn tự gọi mình là thiền sư, cũng không muốn nhận đệ tử để dạy dỗ. Thay vì vậy, ngài thường lang thang trên đường phố với một cái túi vải lớn và cho vào đó đủ các món xin được như bánh kẹo, trái cây... Rồi ngài mang những thứ ấy phân phát cho những đứa trẻ con tụ tập chơi

---

[1] Thật ra hình tượng này bắt nguồn từ một nhân vật có thật trong lịch sử là Hòa thượng Bố Đại, sống vào đời Ngũ Đại, người huyện Phụng Hóa, Minh Châu (nay là tỉnh Triết Giang), cũng có người nói ngài ở huyện Tứ Minh. Không rõ ngài sinh năm nào nhưng thị tịch vào tháng 3 năm 916, niên hiệu Trinh Minh thứ 2 nhà Hậu Lương. Trong đời hành hóa của ngài có rất nhiều sự việc nhiệm mầu kỳ diệu được kể lại trong các sách Tống cao tăng truyện (quyển 21), Phật Tổ thống ký (quyển 43), Phật Tổ lịch đại thông tải (quyển 25) và Cảnh Đức truyền đăng lục (quyển 27). Qua đó, người đời sau tin chắc ngài là hóa thân của Phật Di-lặc, và cũng thường tôn xưng ngài là Hoan Hỷ Phật.

[2] Nguyên bản có nhầm lẫn, chính xác là ngài có sống một số năm vào cuối đời Đường, vì nhà Đường mất vào năm 907, còn ngài thị tịch năm 916, nhưng tiểu sử ngài được ghi lại trong các sách đều xếp ngài vào nhân vật của thời Ngũ Đại.

đùa quanh ngài. Ngài biến đường phố thành những khu vui chơi của trẻ.

Mỗi khi gặp một người tận tụy với thiền, ngài thường chìa tay ra và nói: "Cho tôi một xu nào!" Và nếu có ai bảo ngài quay về chùa để thuyết pháp, ngài cũng chỉ đáp lại: "Cho tôi một xu nào!"

Có lần, ngài đang trên đường rong chơi thì một thiền sư khác tình cờ cùng đi và hỏi: "Ý nghĩa của thiền là gì?"

Hòa thượng Bố Đại lập tức đặt cái túi xuống đất và im lặng.

Vị thiền sư kia lại hỏi: "Vậy chỗ thực dụng của thiền là gì?

Ngay lập tức, "ông Tàu vui vẻ" này quảy cái túi lên vai và tiếp tục bước đi.

Viết sau khi dịch

Bảo đó là thiền cũng được, không phải là thiền cũng được, nhưng điều quan trọng là lúc nào cũng hoan hỷ và ung dung tự tại. Vì thế, ngài không tự xưng là thiền sư, cũng chẳng dạy cho ai đạo thiền, bởi ý nghĩa của thiền chính là sự buông xả mọi thứ, nhưng chỗ thực dụng của thiền lại chính là giữ lấy cái túi vải và tiếp tục con đường hoằng hóa!

13. A Buddha

In *Tokyo* in the Meiji era there lived two prominent teachers of opposite characteristics. One, Unsho, an instructor in Shingon, kept Buddha's precepts scrupulously. He never drank intoxicants, nor did he eat after eleven o'clock in the morning. The other teacher, *Tanzan*, a professor of philosophy at the Imperial University, never observed the precepts. When he felt like eating he ate, and when he felt like sleeping in the day-time he slept.

One day Unsho visited *Tanzan*, who was drinking wine at the time, not even a drop of which is supposed to touch the tongue of a Buddhist.

"Hello, brother,'" *Tanzan* greeted him. "Won't you have a drink?"

"I never drink" exclaimed Unsho solemnly.

"One who does not drink is not even human," said *Tanzan*.

"Do you mean to call me inhuman just because I do not indulge in intoxicating liquids!" exclaimed Unsho in anger. "Then if I am not human, what am I?"

"A Buddha," answered *Tanzan*.

Ông Phật

Vào thời Minh Trị, ở *Tokyo* có hai bậc thầy lỗi lạc với cá tính trái ngược nhau. Thiền sư *Unsho*[1] giảng dạy ở *Shingon* là người luôn giữ theo giới luật một cách hết sức nghiêm cẩn. Ngài chẳng bao giờ nhấp môi một ngụm rượu nào, cũng không ăn gì sau khoảng 11 giờ trưa. Bậc thầy kia là *Tanzan*,[2] một giáo sư triết học tại Đại học Hoàng gia, và là người chẳng bao giờ giữ theo giới luật. Khi thích ăn thì ngài ăn, khi buồn ngủ thì ngay giữa ban ngày ngài cũng ngủ!

Một hôm, ngài *Unsho* đến thăm ngài *Tanzan* vào lúc vị này đang uống rượu. Đối với người Phật tử thì ngay cả một giọt rượu cũng không nên để chạm đến môi!

Ngài *Tanzan* chào hỏi: "Chào sư huynh! Uống một chút nhé?"

---

[1] Tức thiền sư Unsho Toman, tên phiên âm là Vân Chiếu, sinh năm 1792 và mất năm 1858, thuộc tông Tào Động của Nhật.

[2] Thiền sư *Tanzan*, tên phiên âm là Đàm Sơn, sinh năm 1819, mất năm 1892, thuộc tông Tào Động của Nhật.

Ngài *Unsho* lớn tiếng đáp một cách nghiêm nghị: "Tôi không bao giờ uống rượu!"

Ngài *Tanzan* nói ngay: "Người mà không uống rượu thì chẳng phải là người nữa!"

Ngài *Unsho* tức giận to tiếng: "Có phải anh bảo tôi không phải là người chỉ vì tôi không buông thả với thứ nước độc hại đó? Được rồi, nếu tôi không phải là người, vậy tôi là gì nào?"

Tanzan đáp ngay: "À, sư huynh là một ông Phật!"

Viết sau khi dịch

Giữ theo giới luật là điều tối cần thiết đối với tất cả những người Phật tử, dù là tại gia hay xuất gia. Tuy nhiên, việc giữ giới không chỉ hạn cuộc trong những hành vi nhìn thấy được của thân, mà còn bao gồm cả sự tu dưỡng tinh thần, rèn luyện tâm ý. Giới ngoài thân là để tạo điều kiện cho sự tu dưỡng trong tâm. Nếu trong tâm không có sự tu dưỡng, tiến bộ, thì việc giữ giới ngoài thân cũng không thể mang lại nhiều kết quả.

14. Muddy Road

Tanzan and *Ekido* were once traveling together down a muddy road. A heavy rain was still falling.

Coming around a bend, they met a lovely girl in a silk kimono and sash, unable to cross the intersection.

"Come on, girl," said *Tanzan* at once. Lifting her in his arms, he carried her over the mud.

Ekido did not speak again until that night when they reached a lodging temple. Then he no longer could restrain himself. "We monks don't go near females" he told *Tanzan*, "especially not young and lovely ones. It is dangerous. Why did you do that?"

"I left the girl there," said *Tanzan*. "Are you still carrying her?"

Quãng đường lầy lội

Có một lần *Tanzan* và *Ekido* cùng đi trên một quãng đường lầy lội. Cơn mưa nặng hạt vẫn còn đang trút xuống.

Đến một khúc quanh, họ gặp một cô gái xinh xắn mặc bộ áo *kimono* và thắt lưng bằng lụa, đang loay hoay không biết làm sao băng qua ngã tư đường.

Ngay lập tức, *Tanzan* lên tiếng: "Đi nào, cô gái!" Và nhấc bổng cô gái lên trong tay mình, ông mang cô vượt qua khỏi vũng lầy.

Từ lúc đó *Ekido* im lặng đi không nói tiếng nào, cho đến khi đêm xuống họ vào trú ngụ trong một ngôi chùa. Và rồi *Ekido* không còn nhịn được nữa, ông lên tiếng bảo *Tanzan*: "Chúng ta là những người tu hành, không nên đến gần nữ giới, nhất là những người trẻ đẹp. Điều đó rất nguy hiểm. Tại sao sư huynh lại làm như thế?"

Tanzan đáp lời: "Tôi đã bỏ cô ta xuống nơi đó rồi. Anh vẫn còn mang theo cô ta đó sao?"

Viết sau khi dịch

Lại một giai thoại nữa về *Tanzan*! Chúng ta không thể không nhận ra tinh thần phóng khoáng của một người đã nhuần nhuyễn trong việc nghiêm trì giới luật. Đối với ngài, giới luật không phải là những khuôn thước cứng nhắc, mà chính là phương tiện khéo léo để bảo vệ và giúp đỡ người tu tập. Vì thế, vấn đề không chỉ giới hạn ở việc giữ theo giới luật, mà còn là phải thấu triệt được những ý nghĩa và mục đích của giới!

15. Shoun and His Mother

Shoun became a teacher of Soto Zen. When he was still a student his father passed away, leaving him to care for his old mother.

Whenever *Shoun* went to a meditation hall he always took his mother with him. Since she accompanied him, when he visited monasteries he could not live with the monks. So he would build a little house and care for her there. He would copy sutras, Buddhist verses, and in this manner receive a few coins for food.

When *Shoun* bought fish for his mother, the people would scoff at him, for a monk is not supposed to eat fish. But *Shoun* did not mind. His mother, however, was hurt to see others laugh at her son. Finally she told *Shoun*: "I think I will become a nun. I can be a vegetarian too." She did, and they studied together.

Shoun was fond of music and was a master of the harp, which his mother also played. On fullmoon nights they used to play together.

One night a young lady passed by their house and heard music. Deeply touched she invited *Shoun* to visit her the next evening and play. He accepted the invitation. A few days later he met the young lady on the street and thanked her for her hospitality. Others laughed at him. He had visited the house of a woman of the streets.

One day *Shoun* left for a distant temple to deliver a lecture. A few months afterwards he returned home to find his mother dead. Friends had not known where to reach him, so the funeral was then in progress.

Shoun walked up and hit the coffin with his staff. "Mother, your son has returned," he said.

"I am glad to see you have returned, son," he answered for his mother.

"Yes, I'm glad too," *Shoun* responded. Then he announced to the people about him: "The funeral ceremony is over. You may bury the body."

When *Shoun* was old he knew his end was approaching. He asked his disciples to gather around him in the morning, telling them he was going to pass on at noon. Burning incense before the picture of his mother and his old teacher, he wrote a poem:

For fifty-six years I lived as best I could.

Making my way in this world.

Now the rain has ended, the clouds are clearing,

The blue sky has a full moon.

His disciples gathered about him, reciting a sutra, and *Shoun* passed on during the invocation.

Hai mẹ con

Shoun là một thiền sư thuộc tông Tào Động của Nhật. Khi ngài còn là một thiền sinh thì cha ngài đã sớm qua đời, nên ngài phải sớm hôm chăm sóc mẹ già.

Mỗi khi *Shoun* đến thiền đường, ngài luôn đưa mẹ cùng đi. Và vì có mẹ đi theo, nên khi đến các tự viện, ngài không thể sống chung với tăng chúng. Vì thế, ngài thường dựng một căn nhà nhỏ và chăm sóc mẹ ở đó. Ngài thường làm việc sao chép kinh điển, thi kệ để kiếm chút đỉnh tiền mua thức ăn.

Khi thấy *Shoun* mua cá cho mẹ ăn, người ta chế nhạo ngài, vì một vị tăng sao lại ăn cá! *Shoun* chẳng để tâm việc ấy. Tuy nhiên, mẹ ngài lại cảm thấy đau lòng khi thấy những người khác cười chê con trai mình. Cuối cùng, bà bảo *Shoun*:

"Mẹ muốn làm ni cô. Mẹ cũng có thể ăn chay như con." Bà làm như thế thật, và hai mẹ con cùng nhau tu tập.

Shoun rất thích âm nhạc và là người chơi đàn tỳ bà rất giỏi. Mẹ ngài cũng biết chơi. Vào những đêm trăng tròn, họ thường cùng nhau gảy đàn.

Một đêm nọ, có cô gái trẻ đi ngang qua nhà họ, nghe được tiếng nhạc và cảm thấy rung động sâu xa, liền mời ngài *Shoun* tối hôm sau đến nhà cô chơi đàn. Ngài nhận lời.

Vài ngày sau, ngài *Shoun* gặp cô gái trẻ ấy trên đường phố và ngỏ lời cảm ơn cô vì sự tiếp đãi chu đáo. Mọi người nghe thấy đều cười nhạo, vì hóa ra ngài đã đến viếng nhà một cô gái lầu xanh!

Ngày kia, ngài *Shoun* phải đi giảng pháp ở một ngôi chùa xa. Sau đó mấy tháng, ngài trở về nhà và mẹ ngài vừa mới qua đời. Vì những người quen không biết tìm ngài ở đâu nên lúc đó đang cử hành tang lễ.

Khi ấy, ngài *Shoun* liền tiến lên phía trước, cầm gậy gõ vào quan tài và nói: "Mẹ ơi! Con trai mẹ đã về!"

Rồi ngài tự trả lời thay lời cho mẹ: "Mẹ rất mừng thấy con đã về."

Và cuộc đối thoại được tiếp tục: "Vâng, con cũng rất mừng."

Rồi ngài tuyên bố với mọi người quanh đó: "Tang lễ đã hoàn tất! Các vị có thể chôn cất được rồi."

Về già, ngài *Shoun* tự biết đã sắp đến ngày cuối đời. Một buổi sáng, ngài triệu tập tất cả đệ tử đến và cho biết là đến trưa ngài sẽ thị tịch. Ngài thắp hương trước di ảnh mẹ và thầy mình rồi viết bài kệ sau:

Sáu mươi năm sống giữa đời,
Tận tâm tận lực làm người tốt thôi!

Mây tan mưa tạnh hết rồi,
Trăng tròn vành vạnh
      giữa trời trong xanh.

Đồ chúng vây quanh tụng một thời kinh và ngài *Shoun* ra đi trong sự nguyện cầu của họ.

Viết sau khi dịch

Sáu mươi năm nỗ lực tu hành chỉ để lại một câu chuyện đời thật giản đơn nhưng không đơn giản. Làm một thầy tăng đi mua cá giữa chợ, vô tư đến viếng thăm nhà một kỹ nữ lầu xanh, cho đến dự tang lễ mẹ không một giọt nước mắt hay một tiếng than khóc... Đều là những chuyện để người đời chế nhạo mà không phải ai cũng có thể làm! Nhưng với ngài đó đều là những việc làm tốt nhất, vì không ai có thể làm tốt hơn! Cuối cùng, ngài bỏ lại tất cả để ra đi một cách an nhiên tự tại, như người khách rời bỏ con thuyền khi đã cập bến sông!

16. Not Far from Buddhahood

A university student while visiting *Gasan* asked him: "Have you ever read the Christian Bible?"

"No, read it to me," said *Gasan*.

The student opened the Bible and read from St. Matthew: "And why take ye thought for raiment. Consider the lilies of the field, how they grow. They toil not, neither do they spin, and yet I say unto you that even Solomon in all his glory was not arrayed like one of these... Take therefore no thought for the morrow, for the morrow shall take thought for the things of itself."

Gasan said: "Whoever uttered those words I consider an enlightened man."

The student continued rending: "Ask and it shall be given you, seek and ye shall find, knock and it shall be opened unto you. For everyone that asketh receiveth, and he that seeketh findeth, and to him that knocketh, it shall be opened."

Gasan remarked: "That is excellent. Whoever said that is not far from Buddhahood."

Không xa quả Phật

Một sinh viên đại học đến viếng ngài *Gasan*[1] và hỏi: "Thầy đã bao giờ đọc Kinh Thánh của đạo Thiên chúa chưa?"

Ngài *Gasan* đáp: "Chưa, đọc ta nghe xem."

Người sinh viên mở cuốn Kinh Thánh và đọc trong phần thánh *Matthew*:[2] *"...Và tại sao anh em phải lo lắng về áo mặc? Hãy suy xét việc những hoa huệ ngoài đồng mọc lên như thế nào. Chúng không làm lụng cực nhọc, cũng không kéo sợi. Tuy thế, Thầy bảo cho các anh em biết rằng, ngay cả vua Salomon dù vinh hoa tột bậc cũng không ăn mặc đẹp được như một trong các bông hoa ấy...*[3] *Vậy nên đừng lo lắng về ngày mai, vì ngày mai cứ để ngày mai lo..."*[4]

Gasan nói: "Ai nói ra được những lời ấy, ta cho đó là một người giác ngộ."

Người sinh viên tiếp tục đọc: *"...Anh em cứ xin thì sẽ được cho, cứ tìm thì sẽ thấy, cứ gõ thì cửa sẽ mở. Vì hễ ai xin thì nhận được, ai tìm thì sẽ thấy, ai gõ thì cửa sẽ mở ra cho."*[5]

---

[1] Tức thiền sư *Gasan* Jitou, sinh năm 1727 và mất năm 1797, thuộc tông Lâm Tế của Nhật, tên phiên âm là Nga Sơn Tự Trạo.
[2] Tức phần Tin mừng theo thánh Matthew (Mt), một trong bốn sách tin mừng thuộc Tân ước.
[3] Trích từ Mt 6, 28.
[4] Trích từ Mt 6, 34.
[5] Trích từ Mt 7, 7-8.

Gasan nhận xét: "Tuyệt lắm! Ai đã nói ra điều đó thật không còn xa quả Phật."

Viết sau khi dịch

Chân lý không có sự phân biệt đông tây kim cổ. Những gì phù hợp với chân lý sẽ giống nhau dù ở bất cứ nơi đâu, dù thuộc về thời đại nào. Chỉ tiếc là con người thường dựa vào những yếu tố không thực sự cấu thành chân lý để định danh và phân biệt, từ đó mà tạo thành trăm sai ngàn khác!

17. Stingy in teaching

A young physician in *Tokyo* named *Kusuda* met a college friend who had been studying Zen. The young doctor asked him what Zen was.

"I cannot tell you what it is," the friend replied, "but one thing is certain. If you understand Zen, you will not be afraid to die."

"That's fine," said *Kusuda*." I will try it. Where can I find a teacher?"

"Go to the master *Nan-in*," the friend told him.

So *Kusuda* went to call on *Nan-in*. He carried a dagger nine and a half inches long to determine whether or not the teacher himself was afraid to die.

When *Nan-in* saw *Kusuda* he exclaimed: "Hello, friend. How are you? We haven't seen each other for a long time!"

This perplexed *Kusuda*, who replied: "We have never met before."

"That's right," answered *Nan-in*. "I mistook you for another physician who is receiving instruction here."

With such a beginning, *Kusuda* lost his chance to test the master, so reluctantly he asked if he might receive Zen instruction.

Nan-in said: "Zen is not a difficult task. If you are a physician, treat your patients with kindness. That is Zen."

Kusuda visited *Nan-in* three times. Each time *Nan-in* told him the same thing. "A physician should not waste time around here. Go home and take care of your patients."

It was not yet clear to *Kusuda* how such teaching could remove the fear of death. So on his fourth visit he complained: "My friend told me that when one learns Zen one loses his fear of death. Each time I come here all you tell me is to take care of my patients. I know that much. If that is your so-called Zen, I am not going to visit you any more."

Nan-in smiled and patted the doctor. "I have been too strict with you. Let me give you a koan." He presented *Kusuda* with Joshu's Mu to work over, which is the first mind-enlightening problem in the book called The Gateless Gate.

Kusuda pondered this problem of Mu (No-Thing) for two years. At length he thought he had reached certainty of mind. But his teacher commented: "You are not in yet."

Kusuda continued in concentration for another year and a half. His mind became placid. Problems dissolved. No-Thing became the truth. He served his patients well and without even knowing it, he was free from concern over life and death.

Then when he visited *Nan-in*, his old teacher just smiled.

Nói ít, hiểu nhiều

Một y sĩ trẻ ở *Tokyo* tên là *Kusuda* gặp lại người bạn học. Người bạn này đã từng học thiền. *Kusuda* liền hỏi anh ta xem thiền là gì.

Người bạn đáp: "Tôi không thể nói cho anh biết thiền là gì, nhưng có một điều chắc chắn là nếu anh hiểu được thiền, anh sẽ không còn sợ chết."

Kusuda nói: "Thế cũng tốt. Tôi sẽ thử xem. Tôi có thể tìm thầy ở đâu?"

Người bạn bảo anh ta: "Hãy đến chỗ thiền sư *Nan-in*."[1]

Thế là *Kusuda* tìm đến chỗ ngài *Nan-in*. Anh ta mang theo một con dao găm dài khoảng hơn một gang tay để xác định xem bản thân vị thiền sư này có sợ chết hay không.

Vừa nhìn thấy *Kusuda*, ngài *Nan-in* đã lớn tiếng chào ngay: "Ô kìa, anh bạn. Anh có khỏe không? Đã lâu rồi chúng ta không gặp!"

Điều này làm cho *Kusuda* lúng túng, anh nói: "Nhưng chúng ta chưa từng gặp nhau!"

Ngài *Nan-in* đáp: "Đúng vậy! Ta đã nhầm anh với một y sĩ khác đang học thiền ở đây."

Với một khởi đầu như thế, *Kusuda* mất đi cơ hội để thử nghiệm vị thiền sư. Vì thế, anh ta miễn cưỡng hỏi xem mình có thể học thiền với ngài hay không.

Ngài *Nan-in* đáp: "Thiền không phải là chuyện khó. Nếu anh là thầy thuốc, hãy chữa trị bệnh nhân với một tấm lòng tốt. Đó chính là thiền."

Kusuda tìm đến ngài *Nan-in* ba lần, lần nào ngài cũng chỉ nói với anh một điều tương tự: "Một thầy thuốc không nên phí thời gian nơi đây. Hãy trở về chăm sóc bệnh nhân của anh."

Kusuda không sao hiểu được vì sao những lời dạy như thế lại có thể trừ bỏ được nỗi sợ chết. Vì thế, khi tìm đến ngài *Nan-in* lần thứ tư anh than phiền: "Người bạn của con nói rằng khi học thiền rồi thì người ta không còn sợ chết. Nhưng mỗi lần con đến đây, thầy chỉ dạy con về chăm sóc bệnh nhân.

---

[1] Tức thiền sư *Nan-in* Zengu, sinh năm 1834 và mất năm 1904, thuộc tông Lâm Tế của Nhật, tên phiên âm Hán Việt là Nam Ẩn Toàn Ngu.

Con đã quá rõ điều đó rồi. Nếu cái gọi là thiền của thầy chỉ có thế thôi thì con sẽ không đến đây học nữa."

Thiền sư *Nan-in* mỉm cười vỗ về: "Ta đã quá nghiêm khắc với anh. Thôi để ta cho anh một công án."

Và ngài trao cho *Kusuda* công án "*chữ không của Triệu Châu*"[1] để nghiền ngẫm. Đây là công án khai ngộ đầu tiên trong sách *Vô môn quan.*[2]

Kusuda nghiền ngẫm mãi về công án "*chữ không*" này trong 2 năm. Lâu dần, anh nghĩ là anh đã đạt đến một trạng thái tâm thức nhất định nào đó, nhưng vị thầy của anh nhận xét: "Anh vẫn chưa vào được."

Kusuda tiếp tục tập trung nỗ lực thêm một năm rưỡi nữa. Tâm hồn anh trở nên tĩnh lặng. Mọi vấn đề đều tan biến. "*Cái không*" trở thành chân lý. Anh chữa trị cho bệnh nhân rất tốt, và không biết từ lúc nào anh đã không còn bận tâm đến chuyện sống chết.

Và khi anh đến thăm ngài *Nan-in*, vị lão sư này chỉ mỉm cười.

Viết sau khi dịch

Kusuda đến với thiền chỉ vì sự tò mò: Sao người ta lại có thể không sợ chết? Ngài Nan-in dạy anh rằng thiền là lấy từ tâm chăm sóc bệnh nhân thật tốt. Và khi anh từ chối lời dạy đó, ngài bảo anh về nghiền ngẫm một chữ "không". Những sự việc này dường như đều rời rạc và chẳng có liên quan gì đến

---

[1] Hòa thượng Triệu Châu, một thiền sư danh tiếng của Trung Hoa, tức Triệu Châu Tùng Thẩm, sinh năm 778 và mất năm 897.
[2] Vô môn quan: bộ thiền ngữ nổi tiếng của Trung Hoa, do thiền sư Vô Môn tuyển soạn, gồm cả thảy 48 tắc công án kèm theo lời niêm, tụng. Công án đầu tiên (Đệ nhất tắc) này có tên là "Con chó của ngài Triệu Châu" (Triệu Châu cẩu tử), toàn văn như sau: "Có vị tăng hỏi ngài Triệu Châu: Con chó có tánh Phật hay không? Ngài Triệu Châu đáp: Không." Vì thế, ở đây gọi là công án "chữ không của Triệu Châu".

nhau. *Toàn bộ công phu ba năm rưỡi của Kusuda hóa ra chỉ là để liên kết những vấn đề rời rạc này lại với nhau. Vì thế, cuối cùng thì anh cũng đã thấy được "cái không" hiển hiện trong cuộc sống, đã chăm sóc bệnh nhân thật tốt và không còn bận tâm lo nghĩ đến vấn đề sống chết. Không cần nói ra, nhưng khi liên kết được tất cả những vấn đề này thành một mối thì anh đã hiểu được thiền là gì. Nghệ thuật chỉ giáo của ngài Nan-in chính là ở chỗ: nói ít, hiểu nhiều!*

18. A Parable

Buddha told a parable in sutra.

A man traveling across a field encountered a tiger. He fled, the tiger after him. Coming to a precipice he caught hold of the root of a wild vine and swung himself down over the edge. The tiger sniffed at him from above. Trembling, the man looked down to where, far below, another tiger was waiting to eat him. Only the vine sustained him.

Two mice, one white and one black little by little started to gnaw away the vine. The man saw a luscious strawberry near him. Grasping the vine with one hand, he plucked the strawberry with the other. How sweet it tasted!

Ngụ ngôn

Trong kinh điển, Đức Phật có kể lại một ngụ ngôn như sau:

Một người băng qua cánh đồng và gặp một con cọp. Anh ta bỏ chạy, con cọp đuổi theo. Chạy đến một bờ vực sâu, anh ta nắm chặt lấy một cái rễ dây leo và buông mình xuống vực. Con cọp đứng trên bờ vực gầm gừ ngó xuống. Run rẩy, anh ta nhìn xuống đáy vực và thấy một con cọp khác đang chờ để đớp lấy anh! Anh chỉ còn bám víu duy nhất vào sợi dây leo.

Nhưng rồi hai con chuột xuất hiện, một trắng một đen,

bắt đầu gặm đứt dần từng chút một vào sợi dây leo. Anh ta chợt nhìn thấy một trái dâu rừng chín mọng ngon lành ở gần đó. Một tay nắm chặt sợi dây leo, anh ta đưa tay kia với hái lấy trái dâu. Ôi trái dâu thơm ngọt biết bao!

Viết sau khi dịch

Không chỉ ở bên trên và bên dưới, mà cuộc sống quanh ta bốn phương tám hướng đều là những con cọp hung dữ, sẵn sàng đẩy ta vào địa ngục để nhận chịu những ác nghiệp đã tạo ra. Sợi dây leo mong manh mà ta đang nắm lấy là mạng sống được duy trì trong từng hơi thở này, vốn dĩ thở ra không hẹn thở vào! Nhưng hai con chuột thời gian ngày và đêm đang kiên trì gặm đứt dần mạng sống, vì mỗi ngày trôi qua ta càng đến gần hơn với cái chết. Thế mà trái dâu ngũ dục vẫn làm cho ta ngày ngày vui thích, say mê không thức tỉnh. Ăn ngon, mặc đẹp, sắc dục, tiền tài... Nếu biết đó chỉ là một trái dâu rừng trong lúc mạng sống đang nguy cấp, sao còn có thể say mê quên cả hiểm nguy?

19. The First Principle

When one go to *Obaku* temple in *Kyoto* he sees carved over the gate the words "The First Principle". The letters are unusually large, and those who appreciate calligraphy always adorn them as being a masterpiece. They were drawn by *Kosen* two hundred years ago.

When the master drew them he did so on paper, from which workmen made the larger carving in wood. As *Kosen* sketched the letters a bold pupil was with him who had made several gallons of ink for the calligraphy and who never failed to criticize his master's work: "That is not good," he told *Kosen* after the first effort. "How is that one?" "Poor. Worse than before," pronounced the pupil.

Kosen patiently wrote one sheet after another until eighty-four First Principles had accumulated, still without the approval of the pupil.

Then, when the young man stepped outside for a few moments, *Kosen* thought: "Now is my chance to escape his keen eye," and he wrote hurriedly, with a mind free from distraction: "The First Principle."

"A masterpiece," pronounced the pupil.

Kiệt tác

Khi đến thăm chùa *Obaku*[1] ở *Kyoto*, người ta có thể nhìn thấy ngay dòng chữ khắc trên cổng chùa: "Đệ Nhất Đế". Những chữ này cực kỳ lớn và luôn được những người yêu thích nghệ thuật thư pháp ngưỡng mộ như một kiệt tác. Chúng được thiền sư *Kosen*[2] viết ra từ hai trăm năm trước.

Khi vị thiền sư viết những chữ này, ngài đã viết trên giấy, và từ mẫu chữ trên giấy, những người thợ mới khắc lại thành chữ lớn hơn trên gỗ. Trong khi ngài viết, có một chú tiểu bướng bỉnh luôn ở bên cạnh và giúp ngài mài rất nhiều mực để viết những chữ này. Chú học trò nhỏ bao giờ cũng tìm ra được một điểm nào đó để phê phán chính xác tác phẩm của thầy. Ngay từ bức đầu tiên chú đã nói: "Không đẹp!" Qua một bức khác, vị thầy hỏi: "Bức này thế nào?" Chú kêu lên: "Tồi quá! Còn tệ hơn cả bức trước."

Ngài *Kosen* vẫn kiên nhẫn viết hết bức này đến bức khác,

---

[1] Ōbaku: ngôi chùa được đặt tên theo tông Hoàng Bá, một dòng thiền từ Trung Hoa được truyền sang Nhật, thành tông phái Ōbaku (Hoàng Bá) của Nhật.

[2] Tức thiền sư Takuju *Kosen*, tên phiên âm Hán-Việt là Trác Châu Hồ Thiên (卓洲胡僊), sinh năm 1760 và mất năm 1833, thuộc tông Lâm Tế của Nhật.

cho đến khi đã chất chồng đến 84 bức mà vẫn không được chú học trò tán thưởng.

Rồi khi chú học trò nhỏ có việc phải bước ra ngoài trong chốc lát, ngài *Kosen* liền nghĩ: "Đây chính là cơ hội để ta tránh được đôi mắt tinh nhạy của nó." Và ngài phóng bút một cách vội vã, hoàn toàn tập trung vào nét bút, viết ngay ba chữ "Đệ Nhất Đế".

Chú học trò nhỏ trở vào reo lên: "Ồ! Kiệt tác!"

Viết sau khi dịch

Khi đọc câu chuyện này, hầu hết chúng ta đều thán phục thiền sư Kosen đã tạo ra một kiệt tác có một không hai lưu truyền mãi đến ngày nay, nhưng ít ai trong chúng ta nhận ra rằng chính chú tiểu vô danh trong câu chuyện đã góp phần quyết định trong việc tạo ra kiệt tác này.

Đây chắc chắn là một chú tiểu có thiên tư bẩm sinh cực kỳ bén nhạy, vì chú đã liên tục đưa ra được những phê phán chuẩn xác khiến cho vị thầy của chú không sao bảo vệ được tác phẩm của mình. Nếu chú chỉ khen chê một cách tùy tiện, chắc chắn thầy chú đã không ngần ngại thưởng cho chú một gậy và đuổi cổ ra ngoài để ông dễ dàng tập trung vào công việc. Nhưng vì ông cũng thừa nhận chú có "đôi mắt tinh nhạy" nên vẫn kiên trì chấp nhận những lời phê phán của chú. Và điều này được xác định một cách chắc chắn qua việc chính chú là người đầu tiên thừa nhận tác phẩm (thứ 85) của ngài Kosen là một kiệt tác. Hai trăm năm trôi qua và tất cả mọi người đều đồng ý với chú.

Và cũng chính chú là người tạo ra tâm trạng thích hợp để ngài Kosen thực hiện tác phẩm. Sau 84 lần "bị chê", vị thiền sư đã trở nên e dè trước đôi mắt tinh nhạy của chú, và ngài vui mừng nắm lấy cơ hội chú học trò nhỏ vắng mặt trong chốc lát để cố gắng hoàn tất tác phẩm trước khi chú bé trở vào. Vì *thế, ngài đã phóng bút một cách vội vã và tâm trí không một chút xao lãng, hoàn toàn tập trung, cố viết cho xong ba chữ "Đệ Nhất Đế" trước khi chú học trò nhỏ trở vào. Chính trong tâm trạng tập trung hoàn toàn đó mà tác phẩm này được ra đời.*

20. A Mother's Advice

Jiun, a Shingon master, was a well-known Sanskrit scholar of the Tokugawa era. When he was young he used to deliver lectures to his brother students.

His mother heard about this and wrote him a letter:

"Son, I do not think you became a devotee of the Buddha because you desired to turn into a walking dictionary for others. There is no end to information and commentation, glory and honor. I wish you would stop this lecture business. Shut yourself up in a little temple in a remote part of the mountain. Devote your time to meditation and in this way attain true realization."

Lời khuyên của mẹ

Jiun là một bậc thầy thuộc tông *Shingon*[1] của Nhật và là một học giả Phạn ngữ lỗi lạc vào thời đại *Tokugawa*.[2] Khi còn trẻ, ngài thường có những buổi giảng pháp cho

---

[1] Shingon: tức tông Chân ngôn của Nhật, được sáng lập bởi ngài Kobo Daishi, hay Kūkai, Hán dịch là Không Hải (空海), cũng gọi là Hoằng Pháp Đại Sư (弘法大師), sinh năm 774 và mất năm 835. Vị này đã sang Trung Hoa học đạo và nhận được chân truyền từ ngài Huệ Quả (惠果) ở Trung Hoa.

[2] Tokugawa (thời đại Đức Xuyên): tức thời đại Giang Hồ (Epoque Edo), kéo dài trong khoảng từ năm 1603 đến 1867. Gọi tên như thế là vì

Gõ cửa thiền

các huynh đệ đồng tu. Mẹ ngài nghe biết việc này liền viết cho ngài một lá thư như sau:

"Này con, mẹ không cho rằng con hiến mình vào cửa Phật chỉ vì mong muốn được trở thành một cuốn từ điển sống cho kẻ khác. Tri thức và sự giảng giải là không cùng, cũng giống như những vinh quang và sự tôn kính. Mẹ muốn con hãy thôi ngay việc thuyết giảng. Hãy tự giam mình trong một ngôi chùa nhỏ ở vùng núi non xa xôi hẻo lánh. Hãy dành trọn thời gian cho việc tu thiền và qua đó đạt đến sự giác ngộ chân thật."

Viết sau khi dịch

Có một người mẹ như thế, xem như ngài Jiun đã có đến hai vị thầy!

Lời khuyên này quả thật có thể dành cho bất cứ ai đang lún sâu trong vũng lầy tri thức mà quên đi mục tiêu tối hậu của người tu tập chính là sự giải thoát rốt ráo. Đức Phật gọi đây là "sở tri chướng" và đã từng cảnh báo rằng: "Quảng văn bác học nan độ!" (Người học nhiều biết rộng thật khó hóa độ!)

21. The Sound of One Hand

The master of Kennin temple was *Mokurai*, Silent Thunder. He had a little protege named *Toyo* who was only twelve years old. *Toyo* saw the older disciples visit the master's room each morning and evening to receive instruction in sanzen or personal guidance in which they were given koans to stop mind-wandering.

Toyo wished to do sanzen also.

"Wait a while," said *Mokurai*. "You are too young."

But the child insisted, so the teacher finally consented.

---

thời đại này do vương triều Tokugawa nắm quyền.

21. THE SOUND OF ONE HAND

In the evening little *Toyo* went at the proper time to the threshold of *Mokurai*'s sanzen room. He struck the gong to announce his presence, bowed respectfully three times outside the door, and went to sit before the master in respectful silence.

"You can hear the sound of two hands when they clap together," said *Mokurai*. "Now show me the sound of one hand."

Toyo bowed and went to his room to consider this problem. From his window he could hear the music of the geishas. "Ah, I have it!" he proclaimed.

The next evening, when his teacher asked him to illustrate the sound of one hand, *Toyo* began to play the music of the geishas.

"No, no," said *Mokurai*. "That will never do. That is not the sound of one hand. You've not got it at all."

Thinking that such music might interrupt, *Toyo* moved his abode to a quiet place. He meditated again. "What can the sound of one hand be?" He happened to hear some water dripping. "I have it," imagined *Toyo*.

When he next appeared before his teacher, *Toyo* imitated dripping water.

"What is that?" asked *Mokurai*. "That is the sound of dripping water, but not the sound of one hand. Try again."

In vain *Toyo* meditated to hear the sound of one hand. He heard the sighing of the wind. But the sound was rejected.

He heard the cry of an owl. This also was refused.

The sound of one hand was not the locusts. For more than ten times *Toyo* visited *Mokurai* with different sounds. All were wrong. For almost a year he pondered what the sound of one hand might be.

At last little *Toyo* entered true meditation and transcended all sounds. "I could collect no more," he explained later, "so I reached the soundless sound."

Toyo had realized the sound of one hand.

Âm thanh của một bàn tay

Vị Viện chủ của thiền viện Kennin[1] là *Mokurai*, trong tiếng Nhật có nghĩa là "tiếng sấm im lặng". Ngài có nhận giáo dưỡng một chú đệ tử nhỏ tên là *Toyo*, chỉ mới 12 tuổi.

Chú bé *Toyo* thấy các thiền sinh lớn tuổi đến phương trượng của thầy mỗi buổi sáng và tối để được thầy hướng dẫn qua hình thức tham vấn riêng (*sanzen*),[2] tức là những lời dạy dành riêng cho từng người, qua đó họ được trao cho những công án để đối trị sự vọng động của tâm ý.

Toyo ao ước mình cũng được dự các buổi tham vấn riêng như vậy. Nhưng thầy *Mokurai* nói: "Đợi đã, con còn nhỏ quá!"

Nhưng chú nhỏ một mực nài nỉ nên cuối cùng vị thầy cũng ưng thuận.

Trời vừa tối, chú bé *Toyo* đến đứng trước cửa phòng tham vấn của thầy vào lúc thích hợp. Chú thông báo sự có mặt của mình bằng cách đánh cồng, rồi cúi lễ ba lần từ ngoài cửa một cách cung kính và bước vào ngồi xuống trước mặt thầy, cung kính giữ im lặng.

Thầy *Mokurai* dạy: "Con có thể nghe được âm thanh của 2 bàn tay khi vỗ vào nhau. Bây giờ hãy cho thầy biết âm thanh của một bàn tay."

---

[1] Thiền viện Kennin: một thiền viện lớn có nhiều thiền viện chi nhánh phụ thuộc. Xem lại Chuyện nàng Shunkai.

[2] Hình thức tham vấn riêng: sự trao đổi riêng giữa vị thầy với một đệ tử duy nhất, để có những chỉ dẫn phù hợp với căn cơ của người đệ tử đó. Trong tiếng Nhật gọi hình thức tham vấn này là sanzen.

Toyo lễ bái thầy và trở về phòng để suy ngẫm vấn đề này. Qua cửa sổ phòng, chú nghe vọng vào tiếng nhạc của những cô kỹ nữ. Chú reo lên: "A! Ta đã biết rồi."

Chiều tối hôm sau, khi vị thầy bảo chú diễn tả âm thanh của một bàn tay, *Toyo* liền bắt đầu chơi nhạc như các cô kỹ nữ.[1]

Thầy *Mokurai* nói: "Không, không phải! Như thế hoàn toàn không được! Đó không phải là âm thanh của một bàn tay. Con chưa hiểu gì cả!"

Nghĩ rằng tiếng nhạc như thế có thể làm rối trí mình, chú bé *Toyo* liền dời đến ở một nơi yên tĩnh. Chú lại tiếp tục suy tư. "Cái gì có thể là âm thanh của một bàn tay?" Tình cờ, chú nghe được tiếng nước đâu đó đang nhỏ giọt tí tách. *Toyo* ngỡ rằng mình đã hiểu được vấn đề.

Lần tham vấn tiếp theo, chú liền bắt chước tiếng nước nhỏ giọt tí tách.

Thầy *Mokurai* hỏi: "Gì thế? Đó là âm thanh của nước nhỏ giọt, nhưng không phải âm thanh của một bàn tay. Hãy cố lên!"

Toyo tiếp tục suy ngẫm một cách vô vọng về âm thanh của một bàn tay. Chú nghe tiếng gió thổi rì rào. Nhưng âm thanh này cũng không được chấp nhận.

Chú lại nghe tiếng cú kêu. Âm thanh này cũng không được.

Âm thanh của một bàn tay cũng không phải tiếng động của những con châu chấu!

Đã hơn 10 lần chú bé *Toyo* đến trình với thầy *Mokurai* những âm thanh khác nhau. Tất cả đều không đúng. Rồi

---

[1] Chú bé *Toyo* ngỡ rằng tiếng nhạc vang lên bởi một bàn tay gẩy đàn nên có thể xem là âm thanh của một bàn tay.

trong suốt gần một năm, chú nghiền ngẫm mãi không biết âm thanh của một bàn tay có thể là gì.

Cuối cùng, chú bé *Toyo* đạt đến trạng thái nhập vào chánh định và vượt qua được tất cả âm thanh. Về sau chú giải thích: "Tôi không thể thu thập thêm một loại âm thanh nào nữa cả, vì thế tôi đạt đến âm thanh vô thanh."

Toyo đã nhận biết được âm thanh của một bàn tay!

Viết sau khi dịch

Mắt thấy, tai nghe, lưỡi nếm... đều là những cửa ngỏ giao tiếp giữa tâm thức với trần cảnh. Vì tâm phân biệt chịu trói buộc nên trần cảnh cũng có sự phân vạch và giới hạn. Bồ Tát Quán Thế Âm từ nơi chính cửa ngỏ nhĩ căn mà đạt đến sự chứng ngộ vạn pháp viên dung, lục căn diệu dụng. Âm thanh trong tu tập được sử dụng như một phương tiện, vì thế tất yếu phải có một khoảng cách nhất định với mục đích cứu cánh. Công phu vượt qua khoảng cách ấy chính là để biến phương tiện trở thành đồng nhất với cứu cánh, âm thanh và tai nghe cũng chỉ là một, nên âm thanh trở thành vô thanh và được cảm nhận không phải bằng nhĩ căn mà bằng chính tâm thức giác ngộ. Đó là âm thanh của một bàn tay!

22. My Heart Burns Like Fire

Soyen Shaku, the first Zen teacher to come to America, said: "My heart burns like fire but my eyes are as cold as dead ashes." He made the following rules which he practiced every day of his life.

In the morning before dressing, light incense and meditate.

Retire at a regular hour. Partake of food at regular intervals. Eat with moderation and never to the point of satisfaction.

Receive a guest with the same attitude you have when

alone. When alone, maintain the same attitude you have in receiving guests.

Watch what you say, and whatever you say, practice it.

When an opportunity comes do not let it pass by, yet always think twice before acting.

Do not regret the past. Look to the future.

Have the fearless attitude of a hero and the loving heart of a child.

Upon retiring, sleep as if you had entered your last sleep. Upon awakening, leave your bed behind you instantly as if you had cast away a pair of old shoes.

Trái tim bốc lửa

Thiền sư *Soyen Shaku*[1] là vị thiền sư Nhật đầu tiên đến Hoa Kỳ. Ngài thường nói rằng: *"Trái tim tôi bốc lửa nhưng đôi mắt tôi lạnh như tro tàn."* Ngài đã đặt ra những quy tắc sau đây để tự mình áp dụng trong suốt cả cuộc đời.

1. Buổi sáng, thắp hương và thiền định trước khi thay y phục.
2. Nghỉ ngơi đúng giờ giấc. Ăn uống cũng có giờ giấc, điều độ và không bao giờ ăn đến mức no bụng.
3. Khi tiếp khách vẫn giữ thái độ (tự nhiên) như khi ở một mình, và khi ở một mình vẫn giữ thái độ (cẩn trọng) như khi tiếp khách.
4. Thận trọng trong lời nói, và nói ra thế nào thì phải thực hành như thế ấy.
5. Khi cơ hội đến đừng để vuột qua mất, nhưng phải luôn suy nghĩ cẩn trọng trước khi hành động.

---

[1] Tên vị này đôi khi cũng viết là Soen Shaku, phiên âm là Tào Sơn Bản Tịch, sinh năm 1859 và mất năm 1919, thuộc tông Lâm Tế của Nhật.

6. Đừng nuối tiếc quá khứ. Hãy hướng về tương lai.
7. Giữ thái độ không sợ sệt của một bậc anh hùng với trái tim yêu thương của đứa trẻ thơ.
8. Khi đi ngủ, hãy ngủ như đó là giấc ngủ cuối cùng. Khi thức dậy, lập tức rời khỏi giường ngủ như vất bỏ một đôi giày cũ.

Viết sau khi dịch

Sống với một trái tim sôi sục nhiệt huyết và đôi mắt nhìn đời lạnh lẽo như tro tàn; sống với thái độ dũng cảm gan dạ của bậc anh hùng và trái tim vô tư yêu thương của trẻ thơ; đó là những điều chỉ có thể tìm thấy ở một thiền sư mà thôi. oNhững điều khác đều giúp ta thúc liễm thân tâm, hành xử đúng đắn, nhưng thiếu đi hai phẩm chất tiêu biểu này thì khó mà tin được đó có thể là một vị thiền sư!

23. Eshun's Departure

When Eshun, the Zen nun, was past sixty and about to leave this world, she asked some monks to pile up wood in the yard.

Seating herself firmly in the center of the funeral pyre, she had it set fire around the edges.

"O nun!" shouted one monk, "is it hot in there?"

"Such a matter would concern only a stupid person like yourself," answered Eshun.

The flames arose, and she passed away.

Lên đường

Khi vị ni sư *Eshun*[1] đã qua tuổi 60 và sắp rời bỏ cõi đời này, bà nhờ mấy vị tăng chất một đống củi ở giữa sân.

Và sau khi đã lên ngồi vững vàng giữa giàn hỏa, ni sư cho đốt lửa lên từ bốn phía.

Một vị tăng la lên: "Sư bà ơi! Trên đó có nóng không?"

Ni sư *Eshun* trả lời: "Chỉ kẻ ngốc như ông mới quan tâm đến chuyện như thế!"

Ngọn lửa bốc lên cao và lão ni sư viên tịch.

Viết sau khi dịch

Đói no, nóng lạnh, sướng khổ, buồn vui... những điều đó mỗi chúng ta đều đã từng trải qua, nhưng rốt cuộc chúng chẳng để lại gì trong ta ngoài một cuộc truy tìm rong ruổi. Chỉ cần buông bỏ được thì mọi thứ đều trở nên tuyệt diệu, mọi hoàn cảnh đều có thể an nhiên tự tại. Công phu tu tập một đời chính là để đạt đến chỗ an nhiên tự tại này. Thế mà vị tăng kia chẳng quan tâm đến, lại chỉ muốn hỏi xem sư bà có bị nóng hay không! Vị lão ni sư đã đến lúc lên đường còn từ bi để lại lời dạy đủ cho ta chiêm nghiệm suốt một đời!

24. Reciting Sutras

A farmer requested a Tendai priest to recite sutras for his wife, who had died. After the recitation was over the farmer asked: "Do you think my wife will gain merit from this?"

"Not only your wife, but all sentient beings will benefit from the recitation of sutras, answered the priest.

---

[1] Eshun, phiên âm là Huệ Xuân. Xem lại chuyện Hãy yêu công khai.

"If you say all sentient beings will benefit," said the farmer, "my wife may be very weak and others will take advantage of her, getting the benefit she should have. So please recite sutras just for her."

The priest explained that it was the desire of a Buddhist to offer blessings and wish merit for every living being.

"That is a fine teaching," concluded the farmer, "but please make one exception. I have a neighbor who is rough and mean to me. Just exclude him from all those sentient beings."

Tụng kinh

Một nông dân thỉnh vị tăng phái *Tendai*[1] đến tụng kinh cầu nguyện cho vợ anh ta vừa mới chết. Sau khi thời kinh đã hoàn mãn, người nông dân hỏi: "Thầy có nghĩ là vợ tôi sẽ được hưởng phước nhờ việc tụng kinh này không?"

Vị tăng đáp: "Không chỉ riêng vợ ông, mà tất cả chúng sinh hữu tình đều sẽ được lợi lạc nhờ vào việc tụng kinh."

Người nông dân liền nói: "Nếu thầy bảo rằng tất cả chúng sinh hữu tình đều được hưởng lợi, thì có lẽ những người khác sẽ giành hết phần lợi lạc mà vợ tôi đáng ra được hưởng, vì bà ấy vốn yếu ớt lắm. Vì thế, xin thầy làm ơn tụng kinh riêng cho bà ấy thôi."

Vị tăng giải thích rằng, tâm nguyện của một người Phật tử là phải cầu phúc và hồi hướng công đức đến cho tất cả chúng sinh.

Người nông dân kết luận: "Thầy dạy như thế là chí phải, nhưng xin thầy cho một ngoại lệ. Có tên hàng xóm đối với tôi

---

[1] Phái Tendai: tức tông Thiên Thai của Nhật.

rất thô lỗ và tồi tệ, thầy hãy loại hắn ra khỏi số tất cả chúng sinh đó!"

Viết sau khi dịch

Hẳn có không ít người sẽ chê cười anh nông dân với ý tưởng ngây ngô và hẹp hòi đến thế. Nhưng bình tâm xét lại, trong tất cả chúng ta liệu có mấy người thực sự thoát khỏi được sự ngây ngô và hẹp hòi này? Chỉ là với những hình thức tinh tế, khó nhận biết hơn đó thôi!

25. Three Days More

Suiwo, the disciple of *Hakuin*, was a good teacher. During one summer seclusion period, a pupil came to him from a southern island of Japan.

Suiwo gave him the problem: "Hear the sound of one hand."

The pupil remained three years and could not pass this test. One night he came in tears to Suiwo. "I must return south in shame and embarrassment," he said, "for I cannot solve my problem."

"Wait one week more and meditate constantly," advised Suiwo. Still no enlightenment came to the pupil.

"Try for another week," said Suiwo. The pupil obeyed, but in vain.

"Still another week." Yet this was of no avail. In despair the student begged to be released, but Suiwo requested another meditation of five days. They were without result. Then he said: "Meditate for three days longer, then if you fail to attain enlightenment, you had better kill yourself."

On the second day the pupil was enlightened.

Thêm ba ngày nữa

Thiền sư *Suiwo*,[1] đệ tử của ngài *Hakuin*, là một bậc thầy giỏi. Trong một khóa tu mùa hè, có một thiền sinh từ một đảo phía nam nước Nhật tìm đến học với ngài.

Suiwo trao cho anh ta một công án: "Hãy nghe âm thanh của một bàn tay."

Người đệ tử ở lại đó 3 năm mà vẫn không giải quyết được vấn đề. Một đêm nọ, anh ta nước mắt đầm đìa tìm đến thầy *Suiwo*: "Bạch thầy! Con phải trở về nam trong sự xấu hổ và ngượng ngập vì không sao giải quyết được vấn đề này."

Ngài *Suiwo* khuyên: "Con hãy ở lại thêm một tuần nữa và cố gắng thiền định miên mật." Nhưng người đệ tử vẫn không chứng ngộ.

Vị thầy lại bảo: "Hãy cố thêm một tuần nữa." Người đệ tử vâng lời, nhưng vẫn không đạt được gì.

"Hãy gắng thêm một tuần nữa." Nhưng rồi vẫn không kết quả. Thất vọng, người đệ tử khẩn khoản xin được ra về, nhưng ngài *Suiwo* yêu cầu anh ta tiếp tục thiền định trong 5 ngày nữa. Vẫn không có kết quả gì.

Khi ấy, vị thầy liền dạy: "Con hãy thiền định thêm 3 ngày nữa, và nếu không đạt được sự chứng ngộ thì tốt hơn con nên tự sát đi."

Vào ngày thứ hai, người đệ tử chứng ngộ.

Viết sau khi dịch

Vào đầu chuyện đã thấy nói rằng Suiwo là một thiền sư giỏi. Điều đó được chứng minh qua phương cách ngài dắt dẫn một người đệ tử tưởng như đã hoàn toàn không còn hy vọng:

---

[1] Tức thiền sư Suiwo Genra, tên phiên âm là Túy Ông Nguyện Lư, sinh năm 1716 và mất năm 1789, thuộc tông Lâm Tế của Nhật.

thật ân cần, nhẫn nại và cũng không kém phần quyết liệt, dứt khoát. Chính những phẩm chất này của vị thầy đã giúp mang đến sự thành công cho người đệ tử.

26. Trading Dialogue for Lodging

Provided he makes and wins an argument about Buddhism with those who live there, any wandering monk can remain in a Zen temple. If he is defeated, he has to move on.

In a temple in the northern part of Japan, two brother monks were dwelling together. The elder one was learned, but the younger one was stupid and had but one eye.

A wandering monk came and asked for lodging, properly challenging them to a debate about the sublime teaching. The elder brother, tired that day from much studying, told the younger one to take his place. "Go and request the dialogue in silence," he cautioned.

So the young monk and the stranger went to the shrine and sat down.

Shortly afterwards the traveler rose and went in to the elder brother and said: "Your young brother is a wonderful fellow. He defeated me."

"Relate the dialogue to me," said the elder one.

"Well," explained the traveler, "first I held up one finger, representing Buddha, the enlightened one. So he held up two fingers, signifying Buddha and his teaching. I held up three fingers, representing Buddha, his teaching, and his followers, living the harmonious life. Then he shook his clenched fist in my face, indicating that all three come from one realization. Thus he won and so I have no right to remain here." With this, the traveler left.

"Where is that fellow?" asked the younger one, running in to his elder brother.

"I understand you won the debate."

"Won nothing. I'm going to beat him up."

"Tell me the subject of the debate," asked the elder one.

"Why, the minute he saw me he held up one finger, insulting me by insinuating that I have only one eye. Since he was a stranger I thought I would be polite to him, so I held up two fingers, congratulating him that he has two eyes. Then the impolite wretch held up three fingers, suggesting that between us we only have three eyes. So got mad and started to punch him, but he ran out and that ended it!"

Tranh biện

Nếu thắng được trong cuộc tranh biện về Phật pháp với những vị tăng sống trong một thiền viện, thì bất cứ vị tăng hành cước nào cũng sẽ được quyền trú ngụ trong thiền viện đó. Nhưng nếu thất bại, vị ấy sẽ phải tiếp tục ra đi.

Trong một thiền viện ở miền bắc nước Nhật, có hai vị tăng cùng tu tập. Vị sư huynh thật uyên bác, nhưng người sư đệ rất ngốc nghếch và chột mắt.

Một vị tăng hành cước ghé lại thiền viện để xin trú ngụ, theo đúng thông lệ nên đề nghị một cuộc tranh biện về Chánh pháp. Hôm ấy, vị sư huynh sau một ngày học tập đã quá mỏi mệt nên bảo người sư đệ hãy thay thế mình. Ông dặn dò: "Hãy đến đó và yêu cầu một cuộc tranh biện không dùng lời."

Thế là người sư đệ cùng vị khách tăng đến trước điện thờ và ngồi xuống.

Không lâu sau đó, khách tăng đứng dậy, đi đến chỗ vị

sư huynh và nói: "Sư đệ của ngài thật tuyệt vời. Ông ấy đã thắng được tôi."

Vị sư huynh bảo: "Hãy kể cho ta nghe cuộc tranh biện."

Vị khách tăng giải thích: "Vâng, trước hết tôi đưa lên một ngón tay, tượng trưng cho đức Phật, bậc giác ngộ. Thế là ông ấy đưa lên hai ngón tay, muốn chỉ đến đức Phật và giáo pháp của ngài. Tôi liền đưa lên ba ngón tay, tiêu biểu cho đức Phật, giáo pháp của ngài và chư tăng, những người luôn sống đời hòa hợp. Ông ấy liền đưa bàn tay nắm chặt vào mặt tôi, ngụ ý rằng tất cả đều xuất phát từ một sự chứng ngộ. Như thế là ông ta đã thắng, nên tôi không được quyền trú ngụ lại đây." Nói xong, vị khách tăng ra đi.

Ngay sau đó, người sư đệ chạy vội đến chỗ sư huynh và hỏi dồn: "Gã ấy đâu rồi?"

"Ta biết là sư đệ đã thắng rồi!"

"Không thắng gì cả! Em sẽ nện cho hắn một trận."

Vị sư huynh hỏi: "Thế sư đệ đã tranh biện về điều gì?"

"Hừm! Ngay khi vừa thấy em là hắn đã đưa lên một ngón tay, xúc phạm em bằng cách ám chỉ rằng em chỉ có một mắt! Vì hắn là khách lạ, em nghĩ là nên đối xử lịch sự với hắn, nên em đưa lên hai ngón tay, chúc mừng hắn có đủ hai mắt. Thế là tên khốn bất nhã ấy liền đưa lên ba ngón tay, chỉ ra rằng cả hai người chỉ có ba con mắt! Thế là em nổi khùng lên và bắt đầu vung tay đấm hắn, nhưng hắn đã bỏ chạy và cuộc tranh biện kết thúc!"

Viết sau khi dịch

Nghe có vẻ khôi hài biết bao khi cùng một sự việc mà hai bên lại diễn giải theo hai cách trái ngược nhau. Đối với một người thì đó hoàn toàn là những điều hợp với Chánh pháp, trong khi đối với người kia thì thật không khác gì một cuộc tranh cãi trong đám hạ lưu hỗn tạp. Tất cả đều xuất phát từ những nền tảng tri thức và quan điểm khác nhau. Và nếu hiểu được như thế, ta cũng sẽ dễ dàng nhận ra rằng trong cuộc sống quanh ta vẫn thường có vô số những trường hợp khôi hài tương tự như thế!

27. The Voice of Happiness

After *Bankei* had passed away, a blind man who lived near the master's temple told a friend: "Since I am blind, I cannot watch a person's face, so I must judge his character by the sound of his voice. Ordinarily when I hear someone congratulate another upon his happiness or success, I also hear a secret tone of envy. When condolence is expressed for the misfortune of another, I hear pleasure and satisfaction, as if the one condoling was really glad there was something left to gain in his own world.

"In all my experience, however, *Bankei*'s voice was always sincere. Whenever he expressed happiness, I heard nothing but happiness, and whenever he expressed sorrow, sorrow was all I heard."

Âm hưởng của niềm vui

Sau khi ngài *Bankei*[1] viên tịch, một người mù sống gần ngôi chùa của ngài nói với người bạn ông ta:

"Vì mù nên tôi không thể quan sát vẻ mặt của người khác, bởi vậy tôi phải phán đoán cá tính con người thông qua giọng nói. Thông thường, khi tôi nghe ai đó chúc mừng người khác nhân một dịp vui mừng hay một sự thành công, tôi cũng nghe được âm hưởng ghen tỵ tiềm ẩn trong đó. Khi người ta bày tỏ sự chia buồn với nỗi bất hạnh của kẻ khác, tôi cũng nghe được âm hưởng khoái chí và hài lòng, như thể người

---

[1] Tức thiền sư *Bankei* Eitaku. Xem lại chuyện Người biết vâng lời.

chia buồn ấy thực ra đang vui mừng vì có điều gì đó vẫn còn lại trên thế gian này để bản thân anh ta có thể chiếm được.

"Tuy nhiên, với tất cả kinh nghiệm của mình, tôi thấy giọng nói của ngài *Bankei* là luôn luôn chân thật! Khi ngài bày tỏ niềm vui, tôi không nghe được âm hưởng nào khác ngoài sự vui mừng; và khi ngài bày tỏ nỗi buồn, tôi chỉ nghe duy nhất sự buồn bã mà thôi!"

Viết sau khi dịch

Điều mà người mù này nhận ra, có lẽ mỗi chúng ta cũng có thể nhận ra. Khi sự chấp ngã vẫn ngự trị trong tâm ta thì hầu như mọi "người khác" đều là đối nghịch! Cái "được" của bất cứ ai đó cũng đều là cái "mất" của ta, và cái "mất" của bất cứ ai đó cũng đều tạo ra cơ hội cho cái "được" của ta! Vì thế, trong mối quan hệ chằng chịt được xây dựng trên nền tảng của cái "bản ngã" luôn cần được bảo vệ, vun bồi này, chúng ta sẽ không bao giờ có thể diễn đạt được một âm hưởng thuần túy của niềm vui!

28. Open Your Own Treasure House

Daiju visited the master Baso in China. Baso asked: "What do you seek?"

"Enlightenment," replied Daiju.

"You have your own treasure house. Why do you search outside?" Baso asked.

Daiju inquired: "Where is my treasure house?"

Baso answered: "What you are asking is your treasure house."

Daiju was enlightened! Ever after he urged his friends: "Open your own treasure house and use those treasures."

Hãy mở kho báu của chính mình

Ở Trung Hoa, Thiền sư Đại Châu[1] đến ra mắt ngài Mã Tổ.[2] Mã Tổ hỏi: "Ông tìm cầu gì?"

Ngài Đại Châu đáp: "Con cầu giác ngộ."

Mã Tổ hỏi: "Ông tự có kho báu của riêng mình, sao còn tìm kiếm bên ngoài?"

Đại Châu thưa hỏi: "Chẳng biết kho báu của con ở đâu?"

Mã Tổ đáp: "Cái mà ông đang dùng để hỏi ta đó chính là kho báu của ông."

Ngài Đại Châu nhân đó chứng ngộ! Từ đó về sau, ngài luôn thúc giục những bạn đồng tu của mình: "Hãy mở kho báu của chính mình mà dùng."[3]

---

[1] Tức thiền sư Đại Châu Huệ Hải, họ Châu, người Việt Châu, ban đầu xuất gia tu học với Trí Hòa Thượng ở chùa Đại Vân, Việt Châu. Sau mới đến tham học Mã Tổ, được chứng ngộ. Đương thời tôn xưng là Đại Châu Hòa Thượng. Về sau ngài có soạn quyển Đốn ngộ nhập đạo yếu môn luận, được Mã Tổ khen ngợi. Hiện không biết được niên đại chính xác của ngài, nhưng căn cứ theo niên đại của Mã Tổ (709-788) thì ngài cũng sống vào khoảng thế kỷ 8.

[2] Tức thiền sư Mã Tổ Đạo Nhất (709-788), đời Đường, người huyện Thập Phương, Hán Châu (nay thuộc tỉnh Tứ Xuyên) Trung Quốc. Ngài xuất gia với Đường Hoà thượng ở Tứ Châu, sau theo học với thiền sư Nam Nhạc Hoài Nhượng hơn 10 năm, được truyền tâm ấn.

[3] Chuyện này có ghi trong sách Ngũ Đăng Hội Nguyên (quyển 3) với nội dung đầy đủ hơn, xin trích lại như sau: 初參馬祖... ...祖曰：來此擬須何事？曰：來求佛法。祖曰：我這裡一物也無，求甚麼佛法？自家寶藏不顧，拋家散走作麼！曰：阿那箇是慧海寶藏？祖曰：即今問我者，是汝寶藏。一切具足，更無欠少，使用自在，何假外求？師於言下，自識本心。不由知覺，踊躍禮謝。(Sơ tham Mã Tổ... ...Tổ viết: "Lai thử nghĩ tu hà sự? Viết: "Lai cầu Phật pháp. Tổ viết: "Ngã giá lý nhứt vật dã vô, cầu thậm ma Phật pháp? Tự gia bảo tạng bất cố, phao gia tán tẩu tác ma." Viết: "A ná cá thị Huệ Hải bảo tạng? Tổ viết: "Tức kim vấn ngã giả, thị nhữ bảo tạng. Nhất thiết cụ

29. NO WATER, NO MOON

Viết sau khi dịch

Kho báu quý giá mỗi người đều sẵn có nhưng hầu hết đều rong ruổi tìm cầu đó đây mà không chịu quay về tự mở. Ngài Mã Tổ cũng có nói: "Tức tâm tức Phật." Mỗi người đều có tâm, nên ai ai cũng có thể thành Phật! Vấn đề là làm sao để tâm ấy thành Phật? Tuy đây không phải là việc dễ dàng, nhưng dù sao cũng phải biết được đúng chỗ để tìm. Nếu hướng mãi ra bên ngoài tìm cầu, khác nào người mài gạch muốn thành gương soi?

29. No Water, No Moon

When the nun Chiyono studied Zen under Bukko of Engaku she was unable to attain the fruits of meditation for a long time.

At last one moonlit night she was carrying water in an old pail bound with bamboo. The bamboo broke and the bottom fell out of the pail, and at that moment Chiyono was set free!

In commemoration, she wrote a poem:

In this way and that I tried to save the old pail
Since the bamboo strip was weakening
      and about to break
Until at last the bottom fell out.
No more water in the pail!
No more moon in the water!

---

túc, cánh vô khiếm thiểu, sử dụng tự tại, hà giả ngoại cầu?" Sư ư ngôn hạ, tự thức bổn tâm. Bất do tri giác, dũng dược lễ tạ.)

Không còn trăng trong nước

Ni sư *Chiyono*[1] theo học với thiền sư *Bukko* ở *Engaku* trong một thời gian rất lâu mà vẫn không đạt được kết quả.

Cuối cùng, vào một đêm trăng sáng, bà đang xách nước với một cái thùng cũ đan bằng nan tre thì những nan tre chợt đứt rời và đáy thùng rơi xuống. Ngay lúc ấy, ni sư *Chiyono* đạt được sự giải thoát!

Để ghi nhớ sự kiện này, ni sư viết một bài kệ như sau:

Ta đã tìm mọi cách để giữ lại chiếc thùng cũ,
Vì những sợi nan tre đã yếu ớt và sắp đứt,
Cho đến cuối cùng
    rồi đáy thùng cũng rơi mất.
Không còn nước trong thùng!
Không còn trăng trong nước!

30. Calling Card

Keichu, the great Zen teacher of the Meiji era, was the head of Tofuku, a cathedral in *Kyoto*. One day the governor of *Kyoto* called upon him for the first time.

His attendant presented the card of the governor, which read: Kitagaki, Governor of *Kyoto*.

"I have no business with such a fellow," said Keichu to his attendant. "Tell him to get out of here."

The attendant carried the card back with apologies.

"That was my error," said the governor, and with a pencil

---

[1] Tức ni sư Mugai Nyodai, tên phiên âm là Vô Nhai Như Đại, sinh năm 1223 và mất năm 1298, thuộc tông Lâm Tế của Nhật.

he scratched out the words Governor of *Kyoto*. "Ask your teacher again."

"Oh, is that Kitagaki?" exclaimed the teacher when he saw the card. "I want to see that fellow."

Thiếp báo danh

Ngài *Keichu*[1] là một thiền sư lỗi lạc thời Minh Trị, trụ trì ngôi chùa lớn *Tofuku* ở *Kyoto*. Một hôm, vị thống đốc *Kyoto* lần đầu tiên đến viếng thăm ngài.

Người thị giả trình tấm danh thiếp của viên thống đốc, trên đó ghi: "*Kitagaki*, Thống đốc *Kyoto*".

Thiền sư *Keichu* bảo người thị giả: "Ta chẳng liên quan gì đến người này. Bảo ông ta rời khỏi đây ngay."

Người thị giả mang trả tấm danh thiếp với lời xin lỗi.

Viên thống đốc nói: "Đó là lỗi của tôi."

Rồi ông ta lấy bút chì gạch bỏ ngay dòng chữ "Thống đốc *Kyoto*" và nói: "Xin thưa lại với sư phụ lần nữa."

Lần này, thiền sư vừa nhìn thấy tấm danh thiếp đã kêu lên: "Ồ, là *Kitagaki* đó sao? Ta muốn gặp ông ta."

Viết sau khi dịch

Có quan trọng gì một cái tên gọi mà khiến cho thiền sư phải thay đổi thái độ? Bởi vì xét cho cùng, khi người ta biết thay đổi danh xưng thì chứng tỏ họ đã biết phải ứng xử như thế nào là thích hợp.

---

[1] Tức thiền sư Keichu Bundo, sinh năm 1824 và mất năm 1905, thuộc tông Lâm Tế của Nhật.

31. Everything Is Best

When Banzan was walking through a market he overheard a conversation between a butcher and his customer.

"Give me the best piece of meat you have," said the customer.

"Everything in my shop is the best," replied the butcher. "Yon cannot find here any piece of meat that is not the best."

At these words Banzan became enlightened.

Chỉ có loại tốt nhất

Khi thiền sư *Banzan*[1] đi qua một khu chợ, ngài tình cờ nghe được mẩu đối thoại giữa một người hàng thịt với khách hàng.

Người mua nói: "Cho tôi một phần thịt tốt nhất ở đây."

Người hàng thịt đáp lại: "Ở đây món nào cũng là tốt nhất cả! Quý khách không thể tìm thấy ở đây bất cứ miếng thịt nào mà không thuộc loại tốt nhất!"

Nghe qua những lời này, ngài *Banzan* bỗng chứng ngộ!

Viết sau khi dịch

Dưới mắt người bán thịt thì tất cả các món thịt của anh ta đều là tốt nhất! Dưới mắt vị thiền sư chứng ngộ thì tất cả cảnh giới đều là cảnh giới giải thoát! Bởi vậy cho nên: "Thúy trúc hoàng hoa phi ngoại cảnh, bạch vân minh nguyệt lộ toàn chân!"

---

[1] Tức thiền sư Kumazawa Banzan, tên phiên âm là Bàn Sơn, sinh năm 1619 và mất năm 1691, thuộc tông Lâm Tế của Nhật.

32. Inch Time Foot Gem

A lord asked Takuan, a Zen teacher, to suggest how he might pass the time. He felt his days very long attending his office and sitting stiffly to receive the homage of others.

Takuan wrote eight Chinese characters and gave them to the man:

> Not twice this day
> Inch time foot gem.
> This time will not come again.
> Each minute is worth a priceless gem.

Mỗi khắc một phân vàng

Một lãnh chúa đến nhờ thiền sư *Takuan* chỉ dạy cho một cách nào đó để tiêu khiển thời gian. Ông ta cảm thấy mỗi ngày trôi qua đều dài lê thê khi phải luôn dự vào những buổi triều kiến và ngồi ngây ra như tượng gỗ để nhận sự lễ kính của người khác.

Thiền sư *Takuan* viết 8 chữ Hán trao cho ông ta, với ý nghĩa như sau:

> Ngày đi không trở lại,
> Mỗi khắc một phân vàng.
> Thời gian trôi đi mãi,
> Mỗi phút quý vô vàn!

Viết sau khi dịch

"Trăm năm là ngắn, một ngày dài ghê!" Thật vậy, ai cũng muốn sống lâu muôn tuổi, nhưng ít ai nghĩ đến việc sẽ làm gì nếu thực sự có được quãng thời gian đó! Và trong thực tế thì ngày dài nhất là ngày không có việc gì để làm. Bởi thế, người bận rộn nhất chính là người không biết sẽ làm gì vào ngày mai; và ngược lại, người thảnh thơi nhất là người biết chắc mình sẽ làm gì hôm nay, ngày mai và mãi mãi!

33. Mokusen's Hand

Mokusen Hiki was living in a temple in the province of *Tamba*. One of his adherents complained of the stinginess of his wife.

Mokusen visited the adherent's wife and showed her his clenched fist before her face.

"What do you mean by that?" asked the surprised woman.

"Suppose my fist were always like that. What would you call it?" he asked.

"Deformed," replied the woman.

Then he opened his hand flat in her face and asked: "Suppose it were always like that. What then?"

"Another kind of deformity," said the wife.

"If you understand that much," finished Mokusen, "you are a good wife." Then he left.

After his visit, this wife helped her husband to distribute as well as to save.

Bài học bàn tay

Thiền sư *Mokusen Hiki* đang sống ở một ngôi chùa thuộc tỉnh *Tamba*. Một trong các vị thí chủ của chùa thường than phiền về tính keo kiệt của người vợ ông ta.

Ngài *Mokusen* liền đến thăm nhà bà vợ keo kiệt này và nắm chặt bàn tay thành nắm đấm đưa ra trước mặt bà.

Người đàn bà ngạc nhiên hỏi: "Ngài làm thế có ý gì?"

Thiền sư hỏi: "Nếu bàn tay ta cứ nắm chặt lại như thế này mãi, bà sẽ gọi là gì?"

Người đàn bà trả lời: "Như thế là dị dạng."

Thiền sư liền xòe bàn tay đưa lên trước mặt bà và hỏi: "Nếu bàn tay ta lại cứ mở ra như thế này mãi, bà sẽ gọi là gì?"

Bà vợ này đáp: "Là một kiểu dị dạng khác."

Vị thiền sư kết luận: "Nếu bà hiểu rõ được điều đó thì bà là một người vợ hiền."

Rồi thiền sư ra về.

Sau lần viếng thăm của ngài, bà vợ này đã biết giúp chồng trong việc bố thí cũng như dành dụm.

Viết sau khi dịch

Nắm được, buông được mới thật là người hiểu biết! Việc tốt đẹp đến đâu mà cứ cố chấp một mực không thay đổi thì cũng không thể mang lại kết quả tốt đẹp. Vì thế, bài học của thiền sư Mokusen không chỉ chuyển hóa được bà vợ keo kiệt này, mà còn có thể được ứng dụng trong rất nhiều trường hợp khác!

34. A Smile In His Lifetime

Mokugen was never known to smile until his last day on earth. When his time came to pass away he said to his faithful ones: "You have studied under me for more than ten years. Show me your real interpretation of Zen. Whoever expresses this most clearly shall be my successor and receive my robe and bowl."

Everyone watched Mokugen's severe face, but no one answered.

Encho, a disciple who had been with his teacher for a long time, moved near the bedside. He pushed forward the medicine cup a few inches. This was his answer to the command.

The teacher's lace became even more severe. "Is that all you understand?"' he asked.

Encho reached out and moved the cup back again.

A beautiful smile broke over the features of Mokugen. "You rascal," he told *Encho*. "You worked with me ten years and have not yet seen my whole body. Take the robe and bowl. They belong to you."

Nụ cười cuối đời

Trước ngày thiền sư *Mokugen*[1] viên tịch, chưa có ai từng được thấy ngài mỉm cười trước đó. Khi sắp đến giờ viên tịch, ngài bảo các đệ tử thân cận nhất: "Các con đã theo học với ta hơn mười năm rồi. Hãy bày tỏ cho ta thấy các con thực sự hiểu gì về thiền. Ai có thể trình bày sáng tỏ nhất sẽ là người kế tục và được nhận y bát của ta."

Mọi người đều theo dõi khuôn mặt nghiêm nghị của thiền sư, nhưng không ai trả lời.

Thế rồi *Encho*, một đệ tử đã từng theo học rất lâu năm, bước đến gần giường thầy. Ông đẩy chén thuốc về phía trước mấy phân. Đây là câu trả lời của ông để đáp lại lời thầy.

Khuôn mặt vị thầy càng trở nên nghiêm trọng hơn. Ngài hỏi: "Có phải đó là tất cả những gì con hiểu?"

Encho với tay lấy cái chén và đưa về chỗ cũ.

Một nụ cười tươi bừng nở trên khuôn mặt thiền sư *Mokugen*. Ngài bảo *Encho*: "Thằng nhãi ranh! Con nỗ lực với ta đã mười năm rồi mà chưa từng thấy được toàn thân ta. Hãy nhận lấy y bát! Những thứ ấy thuộc về con."

Viết sau khi dịch

Một nụ hoa chỉ nở một lần trong suốt cuộc đời, sao có thể không là hoa đẹp? Sống với nhau mười năm mà thầy chẳng biết trò, trò chẳng hiểu thầy, làm sao có thể cười tươi được?

---

[1] Tức thiền sư Mokugen Genjaku, tên phiên âm là Mặc Huyền, sinh năm 1629 và mất năm 1680, thuộc tông Lâm Tế của Nhật.

Cũng may, trước giờ nhắm mắt còn được "thằng nhãi ranh" nhìn thấu ruột gan, kể cũng đáng một đời tận tụy!

35. Every-Minute Zen

Zen students are with their masters at least ten years before they presume to teach others. *Nan-in* was visited by *Tenno*, who having passed his apprenticeship, had become a teacher. The day happened to be rainy, so *Tenno* wore wooden clogs and carried an umbrella. After greeting him *Nan-in* remarked: "I suppose you left your wooden clogs in the vestibule. I want to know if your umbrella is on the right or left side of the clogs."

Tenno, confused, had no instant answer. He realized that he was unable to carry his Zen every minute. He became *Nan-in*'s pupil, and he studied six more years to accomplish his every-minute Zen.

Thiền miên mật

Các thiền sinh thường theo học với thầy ít nhất là mười năm mới được xem là có thể chỉ dạy người khác. Thiền sư *Tenno* đã trải qua giai đoạn này và trở thành một bậc thầy. Một hôm, ngài đến viếng thiền sư *Nan-in*.[1]

Tình cờ, hôm ấy lại là một ngày mưa suốt nên ngài *Tenno* phải đi guốc gỗ và mang theo dù. Sau khi chào hỏi, thiền sư *Nan-in* nói: "Tôi nghĩ là ông đã để guốc lại bên ngoài tiền sảnh. Tôi muốn biết ông đã đặt cái dù bên phải hay bên trái đôi guốc."

Ngài *Tenno* lúng túng, không có câu trả lời ngay. Ngài

---

[1] Tức thiền sư *Nan-in* Zengu. Xem chuyện Tách trà.

nhận ra ngay là mình chưa có khả năng thực hành thiền một cách miên mật. Ngài trở thành học trò của thiền sư *Nan-in* và tu tập thêm 6 năm nữa mới đạt được công phu thiền miên mật.

Viết sau khi dịch

Nói thiền là một môn học cũng đúng, nhưng dường như không đủ! Thiền chú trọng vào sự thực hành trong đời sống, nên dù học hiểu suốt đời cũng vẫn không có khả năng nhận biết được thiền. Dù vậy, thời gian tối thiểu mười năm sống với thầy, nếu không phải để học thì là gì? Chỉ nên nhớ rằng, với thiền thì sự học hỏi không thôi là chưa đủ, mà cần phải có sự vận dụng, thực hành trong đời sống, và phải là trong từng giây phút không gián đoạn.

36. Flower Shower

Subhuti was Buddha's disciple. He was able to understand the potency of emptiness, the viewpoint that nothing exists except in its relationship of subjectivity and objectivity.

One day Subhuti, in a mood of sublime emptiness, was sitting under a tree. Flowers began to fall about him.

"We are praising you for your discourse on emptiness," the gods whispered to him.

"But I have not spoken of emptiness," said Subhuti.

"You have not spoken of emptiness, we have not heard emptiness," responded the gods. "This is the true emptiness." And blossoms showered upon Subhuti as rain.

Mưa hoa

Ngài *Tu-bồ-đề*[1] là đệ tử Phật. Ngài có khả năng thấu triệt được tác động của tánh không, tức là sự quán

---

[1] Tu-bồ-đề (Phạn ngữ là *Subhūti*), dịch nghĩa là: Thiện Hiện, Thiện Cát,

chiếu rằng không có gì thực sự hiện hữu ngoài sự tương quan giữa chủ thể và khách thể.

Ngày kia, ngài *Tu-bồ-đề* đang ngồi dưới một cội cây, thể nhập vào trạng thái siêu việt của tánh không. Vô số những cánh hoa bắt đầu rơi xuống quanh ngài. Rồi có tiếng chư thiên thì thầm: "Chúng con đang xưng tán ngài vì đã thuyết giảng về tánh không."

Ngài *Tu-bồ-đề* nói: "Nhưng ta chưa nói về tánh không."

Chư thiên đáp lời: "Ngài chưa nói về tánh không, chúng con chưa nghe về tánh không. Đây mới là tánh không chân thật."

Và hoa lại rơi xuống như mưa phủ trên thân ngài!

Viết sau khi dịch

Người thuyết pháp chưa từng thuyết, người nghe pháp chưa từng nghe, đó mới thật là thuyết pháp! Trong kinh Kim cang, Phật dạy ngài Tu-bồ-đề rằng: "Tu-bồ-đề! Thuyết pháp giả, vô pháp khả thuyết, thị danh thuyết pháp." (須菩提。說法者，無法可說，是名說法。- Này Tu-bồ-đề! Người thuyết pháp, không pháp nào có thể thuyết, đó gọi là thuyết pháp.) Nhưng không thuyết không nghe thì dựa vào đâu mà hiểu được? Cho nên, chỗ thuyết mà không thuyết đó mới chính là cái ý nghĩa sâu xa mầu nhiệm nhất của Chánh pháp.

37. Publishing the Sutras

Tetsugen, a devotee of Zen in Japan, decided to publish the sutras, which at that time were available only in Chinese. The books were to be printed with wood blocks in an edition of seven thousand copies, a tremendous undertaking.

Thiện Nghiệp, một trong mười vị đại đệ tử của Phật, được Phật nhận là Giải Không đệ nhất, vì ngài thấu hiểu sâu xa nhất về ý nghĩa tánh không.

Tetsugen began by traveling and collecting donations for this purpose. A few sympathizers would give him a hundred pieces of gold, but most of the time he received only small coins. He thanked each donor with equal gratitude. After ten years Tetsugen had enough money to begin his task.

It happened that at that time the Uji River overflowed. Famine followed. Tetsugen took the funds he had collected for the books and spent them to save others from starvation. Then he began again his work of collecting.

Several years afterwards an epidemic spread over the country. Tetsugen again gave away what he had collected, to help his people.

For a third time he started his work, and after twenty years his wish was fulfilled. The printing blocks which produced the first edition of sutras can be seen today in the Obaku monastery in *Kyoto*.

The Japanese tell their children that Tetsugen made three sets of sutras, and that the first two invisible sets surpass even the last.

Ấn tống kinh điển

Ngài *Tetsugen*[1] là một người Nhật đã dành trọn cuộc đời mình cho việc tu thiền. Vào thời ấy, kinh điển chỉ có ở dạng chữ Hán, và ngài quyết định thực hiện việc ấn tống kinh điển. Toàn bộ kinh điển sẽ được in bằng các bản khắc gỗ, với số bản in lên đến 7.000 bản. Quả là một công trình hết sức lớn lao.

Ngài *Tetsugen* khởi sự bằng cách đi khắp nơi quyên góp tiền cho công việc này. Cũng có một số ít người hiểu được ý

---

[1] Tức thiền sư Tetsugen Doko, sinh năm 1630 và mất năm 1682, thuộc tông Lâm Tế của Nhật.

nghĩa công trình và góp vào cả trăm đồng tiền vàng, nhưng đại đa số chỉ trao cho ngài những đồng xu nhỏ nhoi. Dù vậy, ngài bày tỏ một sự biết ơn như nhau đối với tất cả những người đã góp tiền. Sau mười năm dài, ngài *Tetsugen* đã nhận được đủ tiền để bắt đầu công việc.

Tình cờ vào lúc đó lại có một trận lụt lớn do nước sông *Uji* dâng cao, kéo theo sau là nạn đói. Ngài *Tetsugen* mang toàn bộ số tiền đã quyên góp được cho việc in kinh dành trọn vào việc cứu đói. Rồi ngài lại bắt đầu công việc quyên góp.

Nhiều năm sau đó, một trận dịch bệnh lan tràn khắp nước. Ngài *Tetsugen* lại dùng tất cả tiền đã quyên góp được để cứu giúp mọi người.

Và ngài lại bắt đầu việc quyên góp lần thứ ba. Sau hai mươi năm thì ý nguyện của ngài thành tựu. Các bản gỗ được dùng để in ra tạng kinh điển đầu tiên ngày nay vẫn còn được thấy tại chùa *Ōbaku* ở *Kyoto*.

Những người dân Nhật thường dạy con cái họ rằng, ngài *Tetsugen* đã thực hiện được đến ba bộ kinh, và hai bộ đầu tiên không thể nhìn thấy được nhưng còn hơn cả bộ thứ ba!

Viết sau khi dịch

Đức Phật để lại kinh điển với mục đích duy nhất là giúp tất cả mọi người được thoát khổ. Nhưng nếu người ta không biết động lòng trước cảnh khổ của người khác thì việc in ấn kinh điển phỏng có tác dụng gì? Một người bạn đang sống ở Hoa Kỳ kể với tôi rằng, khi nghe tin quê nhà xảy ra bão lụt, có một vị tăng đã bán cả ngôi chùa mình đang trụ trì để gửi tiền về nước cứu trợ! Khi đọc chuyện này, tôi bỗng dưng nhớ đến vị tăng ấy và thấy hết lòng khâm phục. Tiếc thay, vẫn còn không ít những nơi khác người ta bo bo giữ chặt hàng tỷ bạc để chuẩn bị cho việc xây cất đồ sộ hơn mà không nghĩ rằng những đồng tiền ấy có thể cứu giúp được rất nhiều người!

38. Gisho's Work

Gisho was ordained as a nun when she was ten years old. She received training just as the little boys did. When she reached the age of sixteen she traveled from one Zen master to another, studying with them all.

She remained three years with *Unzan*, six years with *Gukei*, but was unable to obtain a clear vision. At last she went to the master *Inzan*.

Inzan showed her no distinction at all on account of her sex. He scolded her like a thunderstorm. He cuffed her to awaken her inner nature.

Gisho remained with *Inzan* thirteen years, and then she found that which she was seeking.

In her honor, *Inzan* wrote a poem:

> *This nun studied thirteen years*
>   *under my guidance.*
> *In the evening she considered*
>   *the deepest koans.*
> *In the morning she was wrapped*
>   *in other koans.*
> *The Chinese nun Tetsuma*
>   *surpassed all before her.*
> *And since Mujaku none has been*
>   *so genuine as this Gisho!*
> *Yet there are many more gates*
>   *for her to pass through.*
> *She should receive still more blows*
>   *from my iron fist.*

After *Gisho* was enlightened she went to the province of Banshu, started her own Zen temple, and taught two hundred other nuns until she passed away one year in the month of August.

Cuộc đời Gisho

Ni sư *Gisho* xuất gia từ khi mới mười tuổi. Khi ấy, dù là phái nữ nhưng bà vẫn phải chịu sự rèn luyện giống như các chú tiểu nam giới. Khi được mười sáu tuổi, bà bắt đầu đi khắp đó đây để tham học với tất cả các vị thiền sư.

Bà theo học với thiền sư *Unzan* trong ba năm, với thiền sư *Gukei* sáu năm, nhưng vẫn không đạt được một sự hiểu biết rõ ràng. Cuối cùng, bà tìm đến với thiền sư *Inzan*.

Cho dù bà là phái yếu, ngài *Inzan* cũng tỏ ra không một chút nương tay. Ngài quát mắng bà như sấm sét. Ngài đánh tát để làm thức tỉnh nội tâm của bà.

Ni sư *Gisho* theo học với ngài *Inzan* trong mười ba năm, và rồi rồi tìm ra được những gì bà đang tìm kiếm.

Để ngợi khen bà, ngài *Inzan* đã viết một bài kệ như sau:

Ni cô này theo học
Với ta mười ba năm.
Buổi tối cô nghiền ngẫm
Công án sâu sắc nhất.
Buổi sáng lại đắm chìm
Trong những công án khác.
Một ni sư người Hoa
Tên là Tetsuma,
Vượt trội hơn tất cả
Những người đi trước cô.
Kể từ Mujaku,
Chưa có ai chân thật
Như ni Gisho này!
Nhưng còn lắm cửa ải,
Để cô phải vượt qua.

Và còn phải nhận thêm,
Rất nhiều quả đấm thép!

Sau khi ni sư *Gisho* chứng ngộ, bà đi đến tỉnh *Banshu* lập nên thiền viện riêng của mình và dạy dỗ một ni chúng 200 người, cho đến khi bà viên tịch vào tháng tám một năm nọ!

Viết sau khi dịch

Từ khi xuất gia cho đến lúc thực sự được chỉ dạy về thiền, người phụ nữ này không hề nhận được bất cứ sự ưu ái nào dựa vào giới tính của mình. Quả thật cũng có phần bất công khi bà phải chịu đựng tất cả những gì mà một bậc mày râu phải nhận chịu, nhưng đây lại chính là một trong những yếu tố quan trọng đóng góp vào sự thành công trong sự nghiệp tu tập của bà!

39. Sleeping in the daytime

The master Soyen Shaku passed from this world when he was sixty-one years of age. Fulfilling his life's work, he left a great teaching, far richer than that of most Zen masters. His pupils used to sleep in the daytime during midsummer, and while he overlooked this he himself never wasted a minute.

When he was but twelve years old he was already studying Tendai philosophical speculation. One summer day the air had been so sultry that little Soyen stretched his legs and went to sleep while his teacher was away.

Three hours passed when, suddenly waking, he heard his master enter, but it was too late. There he lay, sprawled across the doorway.

"I beg your pardon, I beg your pardon," his teacher whispered, stepping carefully over Soyen's body as if it were that of some distinguished guest. After this, Soyen never slept again in the afternoon.

Ngủ ngày

Thiền sư *Soyen Shaku*[1] viên tịch vào năm 61 tuổi. Suốt cuộc đời mình, ngài đã để lại một sự nghiệp giáo huấn vĩ đại, rất nhiều hơn so với hầu hết các vị thiền sư khác. Các đệ tử của ngài thường ngủ gật ban ngày vào giữa mùa hè, và ngài luôn bỏ qua điều này cho họ, nhưng bản thân ngài thì lại không bao giờ chểnh mảng.[2]

Khi mới lên 12 tuổi, ngài đã theo học giáo lý triết học của tông Thiên Thai (Nhật). Vào một ngày mùa hè, khí trời quá oi bức đến nỗi cậu bé Soyen duỗi dài hai chân và ngủ thiếp đi khi thầy của cậu vừa đi vắng.

Trải qua ba giờ liền, rồi cậu bé giật mình thức giấc vừa lúc nghe tiếng chân thầy bước vào, nhưng đã quá trễ! Cậu đang nằm duỗi dài chắn ngang cửa ra vào.

"Thật xin lỗi con, thật xin lỗi con..." Thầy chú nói giọng thầm thì, thận trọng bước thật nhẹ nhàng ngang qua người chú như thể đó là một vị khách quý đặc biệt.

Kể từ sau lần này, *Soyen* không bao giờ ngủ vào buổi chiều nữa!

Viết sau khi dịch

Có hai phương cách qua đó người đệ tử kính nể vị thầy của mình. Một là nể sợ và hai là nể phục. Khi nể sợ thì tâm trạng sợ sệt đó có thể giảm nhẹ đi với thời gian trôi qua, nhưng với sự nể phục thì hầu như sẽ không bao giờ thay đổi. Vì thế, đây chính là phương cách chuyển hóa tốt nhất mà các bậc thầy có thể vận dụng với đệ tử của mình.

---

[1] Là vị thiền sư đầu tiên đến hoằng hóa tại Hoa Kỳ. Xem chuyện Trái tim bốc lửa.

[2] Xem lại những quy tắc sống do vị thiền sư này đặt ra, trong chuyện Trái tim bốc lửa.

40. In Dreamland

"Our schoolmaster used to take a nap every afternoon," related a disciple of Soyen Shaku. "We children asked him why he did it and he told us: 'I go to dreamland to meet the old sages just as Confucius did.' When Confucius slept, he would dream of ancient sages and later tell his followers about them.'

"It was extremely hot one day so some of us took a nap. Our schoolmaster scolded us. 'We went to dreamland to meet the ancient sages the same as Confucius did,' we explained. 'What was the message from those sages?' Our schoolmaster demanded. One of us replied: 'We went to dreamland and met the sages and asked them if our schoolmaster came there every afternoon, but they said they had never seen any such fellow.'"

Trong cõi mộng

Một người đệ tử của thiền sư *Soyen Shaku* kể rằng: "Mỗi ngày thầy chúng tôi thường chợp mắt một chút sau lúc giữa trưa.[1] Chúng tôi hỏi thầy vì sao lại ngủ trưa như vậy, và thầy bảo: 'Ta đi vào trong cõi mộng để gặp các vị cổ thánh, cũng giống như Khổng Tử ngày xưa vậy.' Khi đức Khổng Tử ngủ, ngài thường mơ thấy các vị cổ thánh và sau đó kể lại cho các đệ tử nghe về họ.

"Một ngày kia trời quá nóng bức nên một số người trong chúng tôi thiếp ngủ đi chốc lát. Thầy quở trách chúng tôi về việc đó. Chúng tôi liền biện bạch: 'Chúng con đi vào cõi mộng để gặp các vị cổ thánh giống như Khổng Tử.' Thầy chúng tôi liền vặn hỏi: 'Thế các vị cổ thánh đã nói gì?' Một người trong

---

[1] Đây có lẽ là giai đoạn cuối đời, khi vị thiền sư này đã trở nên già yếu.

bọn chúng tôi trả lời: 'Chúng con đã đi vào cõi mộng gặp các vị thánh và hỏi xem thầy có đến đó vào mỗi buổi trưa hay không, nhưng họ nói là chưa bao giờ gặp thầy cả!'"

Viết sau khi dịch

Thật là những chú học trò láu lỉnh! Hẳn là các chú không khỏi thì thầm với nhau rằng "vỏ quýt dày, móng tay nhọn", hay cũng có thể nói là "hậu sinh khả úy"!

Nhưng thật ra thì sự suy yếu, mỏi mệt của cơ thể vào lúc tuổi già là điều không ai tránh khỏi, ngay cả các thiền sư cũng thế. Sự tinh cần nỗ lực có thể giúp họ giải thoát tâm thức khỏi mọi ràng buộc, nhưng họ vẫn chưa thoát khỏi món nợ thân tứ đại. Mấy chú điệu nhỏ chưa hiểu thấu việc này, sao dám ngỗ nghịch xuất chiêu với thầy?

41. Joshu's Zen

Joshu began the study of Zen when he was sixty years old and continued until he was eighty, when he realized Zen.

He taught from the age of eighty until he was one hundred and twenty.

A student, once asked hint: "If I haven't anything in my mind, what shall I do?"

Joshu replied: "Throw it out."

"But if I haven't anything, how can I throw it out?" continued the questioner.

"Well," said Joshu, "then carry it out."

Thiền Triệu Châu

Ngài Triệu Châu[1] bắt đầu học thiền năm 60 tuổi và tiếp tục cho đến năm 80 tuổi thì chứng ngộ.[2]

Ngài giáo hóa đồ chúng từ năm 80 tuổi cho đến năm 120 tuổi.

Có lần, một thiền tăng thưa hỏi: "Nếu trong tâm con không có gì cả, con phải làm sao?"

Ngài Triệu Châu đáp: "Hãy vất bỏ nó đi."

Thiền tăng lại hỏi tiếp: "Nhưng nếu con không có gì cả, làm sao vất bỏ?"

Ngài đáp: "À, thế thì làm theo nó vậy."

Viết sau khi dịch

Nói rằng trong tâm có, là có những gì? Nói rằng trong tâm không, là không những gì? Nếu trả lời được thì thật ra là chẳng có chẳng không. Vì thấy rằng trong tâm không có gì cả nên thật ra là đang ôm giữ cái thấy như thế, ngài Triệu Châu mới dạy rằng phải vất bỏ đi. Nhưng khi quay lại muốn vất bỏ

---

[1] Tức thiền sư Trung Hoa Triệu Châu Tòng Thẩm, sinh năm 778 và mất năm 897, thọ đến gần 120 tuổi.

[2] Không biết nguyên tác dựa vào đâu để đưa ra thông tin này. Theo Phật Quang Đại từ điển thì ngài Triệu Châu xuất gia từ thuở nhỏ tại Viện Hỗ Thông ở Tào Châu (có sách nói là ở Viện Long Hưng ở Thanh Châu). Từ khi còn chưa thọ giới Cụ túc (tức là dưới 20 tuổi) đã đến tham bái với ngài Nam Tuyền Phổ Nguyện. Sau đến giới đàn Lưu Ly ở Tung Sơn thọ giới, rồi trở lại y chỉ với ngài Nam Tuyền đến 20 năm. Sau đó đi khắp đó đây tham học với nhiều bậc danh tăng thạc đức. Đến năm 80 tuổi, đồ chúng thỉnh ngài về trụ tại Viện Quán Âm ở Triệu Châu, giáo hóa tại đây đến 40 năm. Ngài thị tịch vào năm Càn Ninh thứ tư đời vua Chiêu Tông (897), thụy hiệu là Chân Tế Đại sư, có để lại bộ Chân Tế Đại sư ngữ lục gồm 3 quyển.

thì chẳng thấy có gì để vất bỏ! Đã thấy được như vậy rồi ắt phải thường giữ làm theo như vậy!

42. The Dead Man's Answer

When *Mamiya*, who later became a well-known preacher, went to a teacher for personal guidance, he was asked to explain the sound of one hand.

Mamiya concentrated upon what the sound of one hand might be. 'You are not working hard enough," his teacher told him. "You are too attached to food, wealth, things, and that sound. It would be better if you died. That would solve the problem."

The next time *Mamiya* appeared before his teacher he was again asked what he had to show regarding the sound of one hand. *Mamiya* at once fell over as if he were dead.

"You are dead all right," observed the teacher. "But how about that sound?"

"I haven't solved that yet," replied *Mamiya*, looking up.

"Dead men do not speak," said the teacher. "Get out!"

Người chết trả lời

Trước khi thiền sư *Mamiya* trở thành một bậc thầy lỗi lạc, ngài có tìm đến tham vấn riêng với một vị thầy và được yêu cầu biện giải về âm thanh của một bàn tay.

Mamiya dồn hết tâm trí để nghĩ xem âm thanh của một bàn tay có thể là gì. Nhưng vị thầy của ngài bảo: "Con đã không nỗ lực đúng mức. Con còn bám víu quá nhiều vào chuyện ăn mặc, đồ vật, và cả âm thanh đó nữa. Tốt hơn là con nên chết đi, như thế hẳn có thể giải quyết được vấn đề."

Lần sau đó, khi *Mamiya* tìm đến, vị thầy của ngài lại yêu

cầu trình bày về âm thanh của một bàn tay. Ngay lập tức, ngài *Mamiya* ngã lăn ra như thể đã chết.

Vị thầy nhận xét: "Con chết đi cũng tốt, nhưng còn âm thanh ấy thì sao?"

Ngài *Mamiya* ngước nhìn lên và trả lời: "Con vẫn chưa giải quyết được việc đó."

Vị thầy kết luận: "Người chết không nói được. Cút đi!"

Viết sau khi dịch

Người chết trong khi đang sống thì may ra có thể vượt qua được vấn đề, nhưng người sống trong khi đang chết thì chỉ là một kẻ đóng kịch, phỏng có ích gì? Ngài Mamiya đã hiểu lầm ý chỉ của vị thầy, nên không chịu chết khi đang sống mà lại chọn sống khi đang chết!

43. Zen in a Beggar's Life

Tosui was a well-known Zen teacher of his time. He had lived in several temples and taught in various provinces.

The last temple he visited accumulated so many adherents that Tosui told them he was going to quit the lecture business entirely. He advised them to disperse and to go wherever they desired. After that no one could find any trace of him.

Three years later one of his disciples discovered him living with some beggars under a bridge in *Kyoto*. He at once implored Tosui to teach him.

"If you can do as I do for even a couple of days, I might," Tosui replied.

So the former disciple dressed as a beggar and spent a day with Tosui. The following day one of the beggars died. Tosui and his pupil carried the body off at midnight and buried it on a mountainside. After that they returned to their shelter under the bridge.

Tosui slept soundly the remainder of the night, but the disciple could not sleep. When morning came Tosui said: "We do not have to beg food today. Our dead friend has left some over there." But the disciple was unable to eat a single bite of it.

"I have said you could not do as I," concluded Tosui. "Get out of here and do not bother me again."

Thiền trong kiếp ăn mày

Tosui[1] là một thiền sư lỗi lạc thời bấy giờ. Ngài đã từng sống trong nhiều tự viện và giáo hóa ở nhiều nơi. Khi ngài trụ ở ngôi chùa cuối cùng, có quá nhiều người theo học đến nỗi ngài phải tuyên bố với họ là sẽ chấm dứt không giảng dạy gì nữa. Ngài khuyên họ nên giải tán và đi đến bất cứ nơi nào họ muốn. Từ đó về sau, không còn ai tìm được bất cứ dấu vết nào của ngài.

Sau đó 3 năm, một người trong số đệ tử bắt gặp ngài đang sống với mấy người ăn mày dưới một gầm cầu ở Kyoto. Ngay lập tức, người này khẩn khoản cầu xin ngài chỉ dạy.

Ngài *Tosui* đáp: "Nếu con có thể làm được như ta, dù chỉ trong vài ngày, may ra ta có thể dạy con."

Thế là người đệ tử này liền ăn mặc giống như ăn mày và sống với ngài Tosui trong một ngày. Ngày hôm sau có một người ăn mày chết. Tosui và người đệ tử khiêng xác ông ta đi vào lúc nửa đêm và chôn cất trên một sườn núi. Sau đó, họ lại trở về chỗ ngụ dưới gầm cầu.

---

[1] Tức thiền sư Tosui Unkei, tên phiên âm Hán-Việt là Đồng Thủy Vân Khê, sinh năm 1612, mất năm 1683, thuộc tông Lâm Tế của Nhật.

Gõ cửa thiền

Từ đó đến sáng ngài Tosui ngủ say ngon lành, nhưng người đệ tử thì không sao chợp mắt. Sáng ra, ngài Tosui bảo: "Hôm nay chúng ta không cần phải đi xin ăn. Ông bạn vừa chết còn để lại ít thức ăn ở đằng kia." Nhưng người đệ tử không tài nào nuốt trôi dù chỉ một miếng!

Ngài Tosui kết luận: "Ta đã nói là con không thể làm như ta. Hãy mau rời khỏi đây và đừng bao giờ quấy rầy ta nữa."

Viết sau khi dịch

Sợi dây trói của thói quen, quan điểm và định kiến, không phải muốn dứt là có thể dứt ngay được! Người kia nếu làm được như ngài thì cần chi phải cầu xin được chỉ dạy? Nếu không làm được thì dù có chỉ dạy phỏng có ích gì? Ấy là do người đệ tử này tìm không đúng chỗ, không thể trách thiền sư không từ bi!

44. The Thief Who Became a Disciple

One evening as *Shichiri* Kojun was reciting sutras a thief with a sharp sword entered, demanding either his money or his life.

Shichiri told him: "Do not disturb me. You can find the money in that drawer." Then he resumed his recitation.

A little while afterwards he stopped and called: "Don't take it all. I need some to pay taxes with tomorrow."

The intruder gathered up most of the money and started to leave. "Thank a person when you receive a gift." *Shichiri* added.

The man thanked him and made off.

A few days afterwards the fellow was caught and confessed, among others, the offence against *Shichiri*. When *Shichiri* was called as a witness he said: "This man is no thief, at least as far as I am concerned. I gave him the money and he thanked me for it."

After he had finished his prison term, the man went to *Shichiri* and became his disciple.

Dạy dỗ kẻ trộm

Một buổi tối, thiền sư *Shichiri Kojun* đang tụng kinh thì có một tên trộm đột nhập, mang theo thanh gươm bén, bảo thiền sư hãy đưa tiền cho hắn nếu không sẽ bị giết chết.

Thiền sư *Shichiri* bảo hắn: "Đừng quấy rầy ta. Anh có thể lấy tiền trong ngăn kéo ở đằng kia." Rồi ngài tiếp tục tụng kinh.

Một lát sau, ngài dừng lại và gọi tên trộm: "Này, đừng có lấy hết! Ta cần một ít để ngày mai nộp thuế."

Tên trộm lấy gần hết số tiền và chuẩn bị chuồn đi. Ngài *Shichiri* nói thêm: "Nhận quà của người khác thì phải cảm ơn chứ, anh bạn!"

Tên trộm cảm ơn ngài và chuồn thẳng.

Mấy ngày sau, tên trộm bị bắt và nhận tội. Trong số những người đã bị trộm, hắn khai ra có ngài *Shichiri*. Khi ngài được mời đến để làm nhân chứng, ngài bảo: "Theo tôi thì người này không phải kẻ trộm. Tôi cho anh ta tiền và anh ta có cảm ơn tôi rồi."

Sau khi mãn hạn tù, người ấy tìm đến ngài *Shichiri* và trở thành đệ tử của ngài.

Viết sau khi dịch

Không phải chỉ nói điều tốt là có thể làm cho người khác nghe theo, mà quan trọng hơn là phải tự mình làm được điều tốt. Thiền sư đã cảm hóa được một kẻ xấu bằng hành vi cao quý của mình, còn hơn cả sự tha thứ. Ngài đã xem kẻ trộm cũng là một con người, và là một người bạn cần giúp đỡ. Với cách đối xử ấy mà không cảm động được lòng người mới là điều khó hiểu!

45. Right and Wrong

When *Bankei* held his seclusion-weeks of meditation, pupils from many parts of Japan came to attend. During one of these gatherings a pupil was caught stealing. The matter was reported to *Bankei* with the request that the culprit be expelled. *Bankei* ignored the case.

Later the pupil was caught in a similar act and again *Bankei* disregarded the matter. This angered the other pupils, who drew up a petition, asking for the dismissal of the thief, stating that otherwise they would leave in a body.

When *Bankei* had read the petition, he called everyone before him. "You are wise brothers," he told them. "You know what is right and what is not right. You may go somewhere else to study if you wish, but this poor brother does not even know right from wrong. Who will teach him if I do not? I am going to keep him here even if all the rest of you leave."

A torrent of tears cleansed the face of the brother who had stolen. All desire to steal had vanished.

Phân biệt đúng sai

Khi ngài *Bankei*[1] mở những khóa tu thiền kéo dài nhiều tuần lễ, các thiền sinh từ nhiều vùng trên khắp nước Nhật đều đến tham dự. Giữa một khóa tu như vậy, có một thiền sinh trộm đồ bị bắt quả tang. Vấn đề được trình lên

---

[1] Tức thiền sư *Bankei* Eitaku. Xem chuyện Người biết vâng lời.

ngài *Bankei* với yêu cầu trục xuất kẻ phạm tội. Ngài *Bankei* phớt lờ đi.

Sau đó, thiền sinh này lại tái phạm rồi bị bắt một lần nữa, và ngài *Bankei* lại bỏ qua. Điều này khiến cho các thiền sinh khác tức giận. Họ liền viết một bản thỉnh nguyện, yêu cầu trục xuất kẻ trộm, nói rõ rằng nếu không thì tất cả bọn họ sẽ cùng nhau bỏ đi.

Sau khi đọc bản thỉnh nguyện, ngài *Bankei* cho gọi tất cả mọi người đến và nói: "Huynh đệ các con đều là những người khôn ngoan, biết phân biệt đúng sai. Nếu muốn thì các con có thể đi đến một nơi nào khác để tu tập. Nhưng người huynh đệ đáng thương này của các con thậm chí còn không biết phân biệt đúng sai, nếu ta không dạy dỗ thì ai sẽ dạy nó? Ta vẫn sẽ giữ nó lại đây, cho dù tất cả các con có bỏ ta mà đi."

Một dòng lệ tuôn tràn trên khuôn mặt kẻ phạm tội. Bao nhiêu ham muốn dẫn đến hành vi trộm cắp đều tan biến!

Viết sau khi dịch

Cách nhìn nhận của ngài Bankei là hoàn toàn chính xác và hợp lý. Tuy nhiên, hầu hết chúng ta đều không biết cách nhìn nhận như thế trong cuộc sống. Thông thường, chúng ta luôn có quán tính cho rằng người làm việc xấu là người xấu, trong khi thật ra hoàn toàn không phải như thế! Chính vì cách nhìn nhận sai lầm này mà rất nhiều khi chính con người đã đẩy đồng loại của mình vào hố sâu tội lỗi, thay vì là cứu vớt họ!

46. How Grass and Trees Become Enlightened

During the Kamakura period, *Shinkan* studied Tendai six years and then studied Zen seven years; then he went to China and contemplated Zen for thirteen years more.

When he returned to Japan many desired to interview him and asked obscure questions. But when *Shinkan* received visitors, which was infrequently, he seldom answered their questions. One day a fifty-year-old student of enlightenment said to *Shinkan*: "I have studied the Tendai school of thought since I was a little boy, but one thing in it I cannot understand. Tendai claims that even the grass and trees will become enlightened. To me this seems very strange."

"Of what use is it to discuss how grass and trees become enlightened?" asked *Shinkan*. "The- question is how you yourself can become so. Did you ever consider that?"

"I never thought of it in that way." marveled the old man.

"Then go home and think it over," finished *Shinkan*.

Cỏ cây giác ngộ

Vào thời đại Liêm Thương[1] ngài *Shinkan* theo học với tông Thiên Thai (Nhật) trong 6 năm rồi theo học thiền trong 7 năm. Sau đó, ngài đến Trung Hoa để thực hành thiền định thêm 13 năm nữa.

Khi ngài trở về Nhật, rất nhiều người muốn đến tham vấn và đặt ra với ngài những câu hỏi mơ hồ. Nhưng không mấy khi ngài tiếp khách, và nếu có thì ngài cũng hiếm khi trả lời những câu hỏi của họ.

Ngày nọ, có một thiền tăng 50 tuổi đang tìm cầu giác ngộ đến thưa với ngài: "Tôi đã nghiên cứu tư tưởng của tông Thiên Thai từ nhỏ, nhưng có một điều trong đó tôi không sao hiểu được. Tông Thiên Thai nói rằng ngay cả cỏ cây rồi cũng sẽ được giác ngộ. Với tôi, điều này dường như quá kỳ lạ!"

Ngài *Shinkan* liền hỏi: "Bàn luận về việc cỏ cây giác ngộ như thế nào thì có ích gì? Vấn đề là làm sao để chính bản thân ông được giác ngộ. Đã bao giờ ông suy xét điều đó chưa?"

---

[1] Tức thời đại Kamakura (1185-1333) của Nhật.

Vị lão tăng ngẩn người: "Tôi chưa bao giờ suy nghĩ theo cách đó!"

Ngài *Shinkan* kết luận: "Vậy hãy trở về và suy nghĩ kỹ đi!"

Viết sau khi dịch

Vào thời đức Phật còn tại thế, chính ngài cũng luôn từ chối những câu hỏi mơ hồ, không thiết thực. Không ít người đã đến đặt ra những vấn đề như vũ trụ vô hạn hay hữu hạn... Câu trả lời chung của ngài cho tất cả những vấn đề này là hãy quay về nghiền ngẫm những gì thực sự có liên quan đến giải thoát, đến sự giác ngộ, đừng chạy theo những tri thức vô bổ. Năm mươi năm ấp ủ trong lòng một thắc mắc về sự giác ngộ của cỏ cây, nhưng lại chưa từng suy xét về sự giác ngộ của chính bản thân mình. Liệu mỗi chúng ta có đang rơi vào một trường hợp khôi hài tương tự như thế hay chăng?

47. The Stingy Artist

Gessen was an artist monk. Before he would start a drawing or painting he always insisted upon being paid in advance, and his fees were high. He was known as the "Stingy Artist."

A geisha once gave him a commission for a painting. "How much can you pay?" inquired *Gessen*.

"Whatever you charge," replied the girl, "but I want you to do the work in front of me."

So on a certain day *Gessen* was called by the geisha. She was holding a feast for her patron.

Gessen with fine brushwork did the painting. When it was completed he asked the highest sum of his time.

He received his pay. Then the geisha turned to her patron, saying: "All this artist wants is money. His paintings are fine but his mind is dirty; money has caused it to become muddy. Drawn by such a filthy mind, his work is not fit to exhibit. It is just about good enough for one of my petticoats."

Removing her skirt, she then asked *Gessen* to do another picture on the back of her petticoat.

"How much will you pay?" asked *Gessen*.

"Oh, any amount," answered the girl.

Gessen named a fancy price, painted the picture in the manner requested, and went away.

It was learned later that *Gessen* had these reasons for desiring money:

A ravaging famine often visited his province. The rich would not help the poor, so *Gessen* had a secret warehouse, unknown to anyone, which he kept filled with grain, prepared for these emergencies.

From his village to the National Shrine the road was in very poor condition and many travelers suffered while traversing it. He desired to build a better road.

His teacher had passed away without realizing his wish to build a temple, and *Gessen* wished to complete this temple for him.

After *Gessen* had accomplished his three wishes he threw away his brushes and artist's materials and retiring to the mountains, never painted again.

Họa sĩ tham tiền

Thiền sư *Gessen*[1] là một họa sĩ. Trước khi vẽ một bức tranh, ông luôn đòi hỏi phải được trả tiền trước với một giá rất cao. Mọi người thường gọi ông là "họa sĩ tham tiền".

---

[1] Tức thiền sư *Gessen* Zenne, tên phiên âm là Nguyệt Thuyền Thiền Huệ, sinh năm 1702 và mất năm 1781, thuộc tông Lâm Tế của Nhật.

Có lần, một kỹ nữ đặt ngài vẽ một bức tranh. Ông hỏi: "Cô trả được bao nhiêu?"

Cô gái trả lời: "Ông muốn bao nhiêu cũng được, nhưng ông phải vẽ trước mặt tôi."

Thế là, một ngày kia cô kỹ nữ cho gọi ông đến. Cô ta đang chiêu đãi một khách làng chơi.

Gessen vẽ bức tranh với một phong cách tuyệt vời. Khi vẽ xong, ông đòi một giá cao nhất thời bấy giờ!

Sau khi trả tiền, cô kỹ nữ quay sang nói với người khách của mình: "Người họa sĩ này chỉ biết tham tiền. Những bức tranh của ông ta rất đẹp, nhưng tâm hồn ông ta thật bẩn thỉu. Tiền bạc đã làm cho tâm hồn ông ta lấm bùn. Một tác phẩm xuất phát từ tâm hồn nhơ nhớp đến thế không xứng đáng để được trưng bày. Nó chỉ đáng để trang trí trên đồ lót của tôi thôi."

Rồi cô ta cởi váy ra và bảo *Gessen* vẽ một bức tranh khác phía sau váy lót của mình.

Gessen hỏi: "Cô trả tôi bao nhiêu?"

Cô gái đáp: "Ồ, bao nhiêu cũng được."

Gessen đòi một giá cực kỳ cao rồi vẽ bức tranh đúng theo yêu cầu, Xong, ông bỏ đi.

Chỉ về sau người ta mới biết được rằng ngài *Gessen* có 3 lý do sau đây để tham tiền:

1. Nạn đói khủng khiếp thường xảy ra ở quê ngài. Những người giàu lại không giúp đỡ người nghèo, nên ngài *Gessen* đã lập một nhà kho bí mật, không ai biết. Ở đó ngài cất giữ lương thực, chuẩn bị cứu giúp khi những trận đói ngặt nghèo xảy ra.

2. Con đường từ làng ngài đến ngôi Quốc tự rất xấu và

nhiều khách bộ hành phải khổ sở khi đi qua đó. Ngài muốn làm một con đường tốt hơn.
3. Vị thầy của ngài đã viên tịch mà không thực hiện được ước nguyện xây dựng một ngôi chùa, và ngài *Gessen* muốn hoàn tất tâm nguyện của thầy.

Sau khi cả 3 điều trên đã hoàn tất, ngài *Gessen* vất bỏ cọ vẽ và tất cả những đồ dùng vẽ tranh, lui về ẩn trong một dãy núi và không bao giờ vẽ tranh nữa.

Viết sau khi dịch

Bị làm nhục bởi một người kỹ nữ theo cách như thế, dù là một họa sĩ thông thường hẳn cũng không sao chịu nổi, đừng nói là một vị tăng! Thế nhưng ngài Gessen vẫn có thể an nhiên bất động trước mọi sự việc, chỉ một lòng hoàn thành những tâm nguyện cao quý của mình, có thể nói là ngài đã đạt được sự giải thoát tâm ý ngay trong những triền phược của đời sống.

Những kẻ tầm thường quả là không sao thấu hiểu được tâm nguyện và hành trạng của một vị Bồ Tát độ sinh!

48. Accurate Proportion

Sen no Rikyu, a tea-master, wished to hang a flower basket on a column. He asked a carpenter to help him, directing the man to place it a little higher or lower, to the right or left, until he had found exactly the right spot. "That's the place," said Sen no Rikyu finally.

The carpenter, to test the master, marked the spot and then pretended he had forgotten. "Was this the place?" "Was this the place, perhaps?" the carpenter kept asking, pointing to various places on the column.

But so accurate was the tea-master's sense of proportion

that it was not until the carpenter reached the identical spot again that its location was approved.

Độ chính xác

Sen no Rikyu là một vị trà sư.¹ Có lần, ngài muốn treo một giỏ hoa lên một cây cột nên nhờ một người thợ mộc giúp. Ngài chỉ dẫn cho anh ta di chuyển giỏ hoa lên cao hoặc xuống thấp, sang phải hoặc sang trái, cho đến khi đạt được đúng vị trí mong muốn. Xong, ngài nói: "Đúng là chỗ ấy!"

Người thợ mộc muốn thử vị trà sư, liền đánh dấu điểm ấy và giả vờ quên mất. Rồi anh ta hỏi: "Có phải chỗ này không?" "Hay là chỗ này?"... Anh ta vừa hỏi vừa di chuyển giỏ hoa đến nhiều vị trí khác nhau trên cây cột.

Nhưng vị trà sư có một cảm quan chính xác đến nỗi chỉ khi người thợ mộc đặt giỏ hoa lại đúng vị trí trước đó thì ông mới chấp nhận.

Viết sau khi dịch

Vàng thật không sợ lửa! Vị trà sư đã một lần tìm được vị trí chính xác bằng cảm quan của mình thì tất nhiên không thể thất bại trong lần thứ hai. Nhưng anh thợ mộc cũng không phải là không có lý, vì chúng ta vẫn thường gặp trong đời không ít những kẻ luôn tỏ ra hiểu biết mà trong đầu thực sự rỗng tuếch!

49. Black-Nosed Buddha

A nun who was searching for enlightenment made a statue of Buddha and covered it with gold leaf. Wherever she went she carried this golden Buddha with her.

---

¹ Trà sư: người thông thạo nghệ thuật uống trà theo Trà đạo của Nhật.

Years passed and, still carrying her Buddha, the nun came to live in a small temple in a country where there were many Buddhas, each one with its own particular shrine.

The nun wished to burn incense before her golden Buddha. Not liking the idea of the perfume straying to the others, she devised a funnel through which the smoke would ascend only to her statue. This blackened the nose of the golden Buddha, making it especially ugly.

Tượng Phật mũi đen

Một ni cô đang tìm cầu giác ngộ, tạo một tượng Phật và thếp bên ngoài bằng vàng lá. Đi đến đâu cô cũng mang theo tượng Phật vàng này.

Nhiều năm sau, ni cô vẫn mang theo tượng Phật vàng này và đến sống ở một ngôi chùa nhỏ miền quê. Nơi đây có rất nhiều tượng Phật, và mỗi tượng đều có một bệ thờ riêng.

Vị ni cô này muốn thắp hương trước tượng Phật của mình, nhưng không muốn hương thơm bay sang các tượng Phật khác. Vì thế, cô tạo ra một cái ống để khói hương đi vào đó và chỉ đến với tượng Phật của riêng cô. Điều này làm cho cái mũi của tượng Phật vàng bị đen dần, trông hết sức xấu xí.

Viết sau khi dịch

Xuất gia là buông xả tất cả để hướng theo mục đích duy nhất là giải thoát. Nếu không buông xả thì dù thân sống đời xuất gia nhưng tâm vẫn chưa xuất gia. Thờ kính hình tượng Phật là để nhắc nhở mục tiêu tìm cầu giác ngộ, nhưng nếu bám víu vào tượng Phật đó mà xem là của riêng mình, thì sự thờ kính lễ lạy phỏng có ích gì? Chỉ do sự chấp ngã đó mà tượng Phật vàng kia phải đen dần cái mũi, thật xấu biết bao!

Nhưng cái mũi đen của tượng Phật vàng là điều dễ thấy,

còn có biết bao hình tượng tôn quý khác cũng đang ngày càng đen dần bởi sự chấp ngã mà ít ai nhìn thấy. Bởi không chỉ có "tượng Phật của tôi", mà còn biết bao người vẫn đang ôm giữ lấy "ngôi chùa của tôi", "tinh xá của tôi", "tịnh thất của tôi", "đệ tử của tôi", "bổn đạo của tôi".v.v... Giá như không có những cái "của tôi" này thì mọi việc sẽ tốt đẹp biết bao!

50. Ryonen's Clear Realization

The Buddhist nun known as *Ryonen* was born in 1797. She was a granddaughter of the famous Japanese warrior Shingen. Her poetical genius and alluring beauty were such that at seventeen she was serving the empress as one of the ladies of the court. Even at such a youthful age fame awaited her.

The beloved empress died suddenly and *Ryonen*'s hopeful dreams vanished. She became acutely aware of the impermanency of life in this world. It was then that she desired to study Zen.

Her relatives disagreed, however, and practically forced her into marriage. With a promise that she might become a nun after she had borne three children, *Ryonen* assented. Before she was twenty-five she had accomplished this condition. Then her husband and relatives could no longer dissuade her from her desire. She shaved her head, took the name of *Ryonen*, which means to realize clearly, and started on her pilgrimage.

She came to the city of Edo and asked Tetsugyu to accept her as a disciple. At one glance the master rejected her because she was too beautiful.

Ryonen then went to another master, Hakuo. Hakuo refused her for the same reason, saying that her beauty would only make trouble.

Ryonen obtained a hot iron and placed it against her face. In a few moments her beauty had vanished forever.

Hakuo then accepted her as a disciple.

Commemorating this occasion, *Ryonen* wrote a poem on the back of a little mirror:

> In the service of my Empress I burned incense to perfume my exquisite clothes,
> Now as a homeless mendicant I burn my face to enter a Zen temple.

When *Ryonen* was about to pass from this world, she wrote another poem:

> Sixty-six times have these eyes beheld the changing scene of autumn.
> I have said enough about moonlight,
> Ask no more.
> Only listen to the voice of pines and cedars when no wind stirs.

Liễu ngộ

Ni sư *Ryonen*[1] sinh năm 1797. Cô là cháu nội của Shingen, một vị tướng Nhật nổi tiếng. Sắc đẹp quyến rũ và thiên tài về thi ca đã khiến cô trở thành một công nương trong triều đình, kề cận bên hoàng hậu khi mới 17 tuổi. Tuy còn quá trẻ như thế nhưng danh vọng đã chờ đón cô.

Rồi vị hoàng hậu kính yêu của cô đột ngột qua đời và những mơ ước tràn đầy hy vọng của cô cũng tan thành mây khói. Cô bỗng nhận thức được một cách sâu sắc về sự vô thường trong cuộc sống trên thế gian này. Ngay khi ấy, cô mong muốn được tu học thiền.

---

[1] *Ryonen* trong tiếng Nhật có nghĩa là "triệt ngộ" hay "liễu ngộ", nghĩa là sự giác ngộ hoàn toàn. Vị ni sư này viên tịch vào năm 1863.

Tuy nhiên, gia đình cô không đồng ý và gần như ép buộc cô phải lập gia đình. *Ryonen* chỉ đồng ý nghe theo với điều kiện là sau khi sinh 3 đứa con cô sẽ được phép xuất gia làm ni cô.

Khi cô chưa được 25 tuổi thì điều kiện này đã đáp ứng, và chồng cô cũng như những người thân khác không còn ngăn cản ước nguyện của cô nữa. Cô cạo tóc, lấy tên mới là *Ryonen*, có nghĩa là "liễu ngộ" hay "giác ngộ hoàn toàn". Rồi cô khởi sự cuộc hành trình cầu đạo.

Cô tìm đến thành phố *Edo* và cầu xin ngài Tetsugyu nhận làm đệ tử. Chỉ nhìn thoáng qua, vị thầy này đã từ chối ngay vì cô quá đẹp!

Ryonen lại tìm đến một bậc thầy khác, ngài *Hakuo*. Ngài cũng từ chối với cùng lý do, bảo rằng sắc đẹp của cô hẳn chỉ gây ra phiền toái mà thôi!

Ryonen liền lấy bàn ủi nóng áp lên mặt mình. Chỉ trong chốc lát, sắc đẹp của cô đã vĩnh viễn không còn nữa.

Ngài *Hakuo* liền nhận cô làm đệ tử.

Để ghi nhớ sự kiện này, *Ryonen* đã viết mấy câu thơ phía sau một tấm gương soi nhỏ:

Ta đốt hương khi theo hầu hoàng hậu,
Để làm thơm những y phục đẹp xinh.
Giờ đây làm kẻ hành khất không nhà,
Ta đốt khuôn mặt để bước vào cửa thiền.

Khi ni sư *Ryonen* sắp lìa bỏ thế giới này, bà để lại một bài thơ khác:

Sáu mươi sáu mùa thu,
Từng đổi thay trước mắt.
Ta đã nói đủ rồi,
Về ánh sáng vầng trăng.

*Thôi đừng hỏi thêm nữa,
Chỉ lắng nghe thông ngàn,
Và những cây bách hương
Khi không có gió!*

Viết sau khi dịch

Quả là một cuộc hành trình tìm cầu chân lý có một không hai! Điều đáng nói ở đây là, mục tiêu của cuộc hành trình đã được xác lập ngay từ bước khởi đầu, khi ni sư chọn cho mình cái tên Ryonen - liễu ngộ. Dũng mãnh và dứt khoát nhưng không bồng bột, Ryonen biết rõ khi nào mới nên hành xử một cách quyết liệt. Vì thế, cô vẫn chấp nhận sự sắp xếp của gia đình để đi vào con đường mà bản thân mình không mong muốn, nhưng xác định rõ đó chỉ là một sự thỏa hiệp tạm thời. Khi đã thực sự lên đường cầu đạo, cô không thối chí trước sự từ chối của các bậc thầy, mà sẵn sàng hủy hoại nhan sắc xinh đẹp của mình khi nó trở thành một chướng ngại trên đường cầu đạo. Dù là một phụ nữ, Ryonen đã thể hiện ý chí và quyết tâm tu tập còn hơn cả nhiều đấng trượng phu lỗi lạc!

51. Sour Miso

The cook monk *Dairyo*, at *Bankei*'s monastery, decided that he would take good care of his old teacher's health and give him only fresh miso, a basic of soy beans mixed with wheat and yeast that often ferments. *Bankei*, noticing that he was being served better miso than his pupils, asked: "Who is the cook today?"

Dairyo was sent before him. *Bankei* learned, that according to his age and position he should eat only fresh miso. So he said to the cook: "Then you think I shouldn't eat at all." With this he entered his room and locked the door.

Dairyo, sitting outside the door, asked his teacher's pardon. *Bankei* would not answer. For seven days Dairyo sat outside and *Bankei* within.

Finally in desperation an adherent called loudly to *Bankei*: "You may be all right, old teacher, but this young disciple here has to eat. He cannot go without food forever."

At that *Bankei* opened the door. He was smiling. He told *Dairyo*: "I insist on eating the same food as the least of my followers. When you become the teacher I do not want you to forget this."

Thức ăn ngon

Tại thiền viện của ngài *Bankei*,[1] ông tăng phụ trách việc ẩm thực là *Dairyo* hết lòng muốn chăm sóc tốt cho sức khỏe vị thầy già của mình nên chỉ cho ngài dùng toàn món miso tươi. Miso là một loại thực phẩm chủ yếu làm bằng đậu nành trộn với lúa mạch và men bia, thường để lên men.

Ngài *Bankei* nhận ra rằng mình đang được ăn món miso tốt hơn so với các đệ tử của mình, liền hỏi: "Hôm nay ai nấu bếp?"

Dairyo được gọi đến và thưa với thầy rằng, do nơi tuổi tác và cương vị của thầy, thầy chỉ nên ăn toàn loại miso tươi mà thôi. Ngài *Bankei* liền bảo ông: "Nói vậy tức là ông cho rằng ta không nên ăn gì cả." Nói xong, ngài bước vào phòng và khóa cửa lại.

Dairyo ngồi ngoài cửa, luôn miệng xin thầy tha lỗi. Ngài *Bankei* không trả lời. Trong suốt bảy ngày, Dairyo ngồi mãi bên ngoài phòng và ngài *Bankei* vẫn khóa cửa ở trong.

Cuối cùng, một người đệ tử thất vọng kêu lên: "Có thể là

---

[1] Tức thiền sư *Bankei* Eitaku, phiên âm Hán Việt là Bàn Khuê Vĩnh Trác (盤珪永琢). Xem lại bài Người biết vâng lời.

thầy sẽ không sao, thưa thầy. Nhưng người đệ tử trẻ này cần phải được ăn. Anh ta không thể tuyệt thực mãi!"

Nghe như thế, ngài *Bankei* mở cửa, khuôn mặt nhoẻn một nụ cười. Ngài bảo *Dairyo*: "Ta yêu cầu phải được ăn cùng một loại thức ăn như những đệ tử thấp kém nhất của ta. Khi nào con trở thành một bậc thầy, ta muốn con đừng quên điều đó."

Viết sau khi dịch

Chăm sóc tốt hơn cho sức khỏe của một vị thầy già thì có gì là sai? Nhưng vị thầy ấy lại không muốn được hưởng những đặc quyền ưu tiên hơn so với các đệ tử của mình. Thật ra, ngài không hề giận dỗi hay quở trách vị tăng nấu bếp, nhưng chỉ muốn dạy cho ông này - cũng như tất cả các đệ tử khác - một bài học quý giá mà thôi!

52. Your Light May Go Out

A student of Tendan, a philosophical school of Buddhism, came to the Zen abode of *Gasan* as a pupil. When he was departing a few years later, *Gasan* warned him: "Studying the truth speculatively is useful as a way of collecting preaching material. But remember that unless you meditate constantly your light of truth may go out."

Không còn sáng tỏ

Một tăng sinh theo tông Thiên Thai (Nhật), một trường phái triết học của Phật giáo, tìm đến thiền viện của ngài *Gasan*[1] học thiền. Mấy năm sau, khi anh ta sắp sửa ra đi, ngài *Gasan* nhắc nhở rằng: "Suy cứu chân lý

---

[1] Tức thiền sư *Gasan* Jitou (Nga Sơn Tự Trạo). Xem lại chuyện Không xa quả Phật.

53. THE GIVER SHOULD BE THANKFUL

về mặt giáo điển như một phương cách để thu thập giáo pháp là hữu ích, nhưng hãy nhớ rằng, nếu con không tu tập thiền định miên mật thì sự tỏ ngộ của con có thể không còn nữa."

Viết sau khi dịch

Nếu như lý thuyết và thực hành được xem là hai yếu tố quan trọng như nhau để đưa đến thành công, thì việc suy cứu chân lý về mặt giáo điển quả thật vẫn là một phương tiện hữu ích cho người tu tập. Đôi khi các bậc thầy nhắc nhở người học không đi sâu vào những tri thức giáo điển, chỉ vì sợ rằng họ sẽ chìm đắm trong đó mà quên đi mục đích tối hậu của việc tu tập.

53. The Giver Should Be Thankful

While Seisetsu was the master of Engaku in Kamakura he required larger quarters, since those in which he was teaching were over-crowded. Umezu Seibei, a merchant of Edo, decided to donate five hundred pieces of gold called ryo toward the construction of a more commodious school. This money he brought to the teacher.

Seisetsu said: "All right. I will take it."

Umezu gave Seisetsu the sack of gold, but he was dissatisfied with the attitude of the teacher. One might live a whole year on three ryo, and the merchant had not even been thanked for five hundred.

"In that sack are five hundred ryo." hinted Umezu.

"You told me that before." replied Seisetsu.

"Even if I am a wealthy merchant, five hundred ryo is a lot of money," said Umezu.

"Do you want me to thank you for it?" asked Seisetsu.

"You ought to," replied Umezu.

"Why should I?" inquired Seisetsu. "The giver should be thankful."

Người cho phải biết ơn

Khi thiền sư *Seisetsu* giáo hóa ở chùa *Engaku*[1] tại *Kamakura*,[2] ngài cần có những giảng đường rộng hơn, vì những nơi ngài đang giảng dạy đều đã chật chội vì có quá đông người theo học. Một thương gia ở *Edo*[3] là *Umezu Seibei* quyết định sẽ tài trợ 500 đồng *ryo* vàng để xây dựng thêm một giảng đường rộng rãi hơn. Ông liền mang số tiền này đến gặp vị thiền sư.

Ngài *Seisetsu* nói: "Được rồi, tôi sẽ nhận."

Umezu trao túi vàng cho ngài *Seisetsu*, nhưng ông ta không hài lòng với thái độ của vị thầy. Chỉ với 3 đồng *ryo* vàng là có thể đủ để một người sống trọn trong một năm, nhưng đưa ra đến 500 đồng *ryo* vàng mà ông ta thậm chí không nhận được cả một tiếng cảm ơn!

Ông ta nhắc khéo: "Trong túi đó có 500 *ryo*."

Ngài *Seisetsu* đáp: "Lúc nãy ông có nói rồi."

Umezu nói: "Dù tôi có là một thương gia giàu có thì 500 ryo vẫn là một món tiền rất lớn!"

Ngài *Seisetsu* hỏi: "Ông muốn tôi cảm ơn ông về việc này?"

Umezu đáp: "Vâng, thầy nên làm như thế mới hợp lẽ."

Ngài *Seisetsu* hỏi vặn lại: "Sao lại là tôi? Người cho mới

---

[1] Chùa Engaku, tức Engakuji, là một ngôi chùa quan trọng của tông Thiên Thai ở Nhật.

[2] Kamakura: một thành phố của Nhật nằm trên đảo Honshu, cách Tokyo 45 km về phía tây nam.

[3] Edo là tên cũ của *Tokyo*, thủ đô nước Nhật ngày nay.

phải cảm ơn chứ!"

Viết sau khi dịch

Có những cách nghĩ tưởng như khác thường, chỉ vì quá đúng với sự thật! Hầu hết những nhận thức của thiền đối với cuộc sống này đều là những cách nghĩ như thế. Người thương gia muốn bỏ tiền ra để làm một việc tốt, cầu phước đức về sau - vì nếu không tin điều này, ông ta đã không làm như thế - thì tất nhiên ngài Seisetsu chính là người đã giúp ông thực hiện tâm nguyện. Nếu không có ngài, ông ta liệu có dùng số tiền ấy để mua phước đức được chăng? Vì thế, chính ông ta mới là người phải biết ơn vị thiền sư. Lại nói, ngài Seisetsu nhận số tiền ấy chẳng phải để dùng vào việc riêng, nên bản thân ngài chẳng có gì để phải cảm ơn cả. Tuy nhiên, khi làm đúng như thế thì hầu hết mọi người lại cho đó là chuyện ngược đời!

54. The Last Will and Testament

Ikkyu, a famous Zen teacher of the Ashikaga era, was the son of the emperor. When he was very young, his mother left the palace and went to study Zen in a temple. In this way Prince Ikkyu also became a student. When his mother passed on, she left with him a letter. It read:

To Ikkyu:

I have finished my work in this life and am now returning into Eternity. I wish you to become a good student and to realize your Buddha-nature. You will know if I am in hell and whether I am always with you or not.

If you become a man who realizes that the Buddha and his follower, Bodhidharma are your own servants, you may leave off studying and work for humanity. The Buddha preached for forty-nine years and in all that time found it not necessary to speak one word. You ought to know why. But if you don't and yet wish to, avoid thinking fruitlessly.

Your Mother,

Not born, not dead.

September first.

P.S. The teaching of Buddha was mainly for the purpose of enlightening others. If you are dependent on any of its methods, you are naught but an ignorant insect. There are 80.000 books on Buddhism and if you should, read all of them and still not see your own nature, you will not understand even this letter. This is my will and testament.

Ý nguyện cuối cùng và di thư

Ikkyu,[1] một thiền sư danh tiếng vào thời đại *Ashikaga*,[2] là con trai của hoàng đế.[3] Từ khi ngài còn bé, mẹ ngài đã rời khỏi hoàng cung và đến học thiền ở một ngôi chùa. Nhờ đó, hoàng tử Ikkyu cũng trở thành một thiền sinh. Khi mẹ ngài qua đời, bà để lại cho ngài một lá thư như sau:

Gửi con Ikkyu,

Mẹ đã hoàn tất công việc trong đời này và giờ đây sẽ trở về với cõi Thường hằng. Mẹ muốn con trở thành một

---

[1] Tức thiền sư Ikkyū Sōjun, tên phiên âm là Nhất Hưu Tông Thuần (一休宗純), sinh năm 1394 và mất năm 1481, thuộc tông Lâm Tế của Nhật.

[2] Cũng gọi là thời đại Muromachi, hay thời đại Thất Điền, kéo dài từ năm 1338 đến năm 1573.

[3] Tức hoàng đế Ashikaga Yoshimitsu, một hoàng đế nổi danh với nhiều công trình xây dựng cũng như văn hóa, nghệ thuật còn lưu lại đến ngày nay, như Palace of Flowers ở Muromachi (Kyoto), Golden Pavilion ở Kitayama (Kyoto)...

thiền sinh giỏi và nhận rõ được tánh Phật của mình. Rồi con sẽ biết được liệu mẹ có sa vào địa ngục, hoặc có thường ở bên con hay không.

Chừng nào con nhận ra được rằng đức Phật và người kế tục của ngài là Bồ-đề Đạt-ma đều là những người phục dịch cho riêng con, thì con có thể từ bỏ việc nghiên tầm học hỏi và nỗ lực độ sinh. Đức Phật đã giáo hóa trong 49 năm và trong suốt thời gian đó ngài nhận ra rằng không cần thiết phải nói một lời nào! Con cần phải hiểu nguyên do của điều đó. Nhưng nếu con không hiểu được mà vẫn muốn hiểu, hãy tránh những suy nghĩ vô ích.

Mẹ của con,
Không sinh, không diệt.
Ngày đầu tháng chín

Tái bút: Giáo pháp của đức Phật chủ yếu nhắm đến việc giúp cho mọi người giác ngộ. Nếu con phụ thuộc vào bất cứ phương tiện nào trong giáo pháp thì sẽ chẳng khác gì loài côn trùng mê muội. Có đến tám vạn quyển kinh điển Phật giáo,[1] và nếu như con có đọc qua hết tất cả mà vẫn không thấy được tự tánh của chính mình thì ngay cả lá thư này con cũng sẽ không hiểu nổi. Đây là ý nguyện và di thư của mẹ.

Viết sau khi dịch

Cha ngài là một hoàng đế nhưng đã không để lại được gì cho ngài. Có lần ông đã tỏ ý chọn ngài làm người kế vị nhưng ý định đó không được ngài chấp nhận. Ngược lại, mẹ ngài đã chọn con đường để lại cho ngài một kho tàng vô giá, gói gọn trong bức thư này. Ngài đã dành trọn cuộc đời để thực hiện di thư của mẹ, và sau khi chứng ngộ vào năm 1420 nhân khi

---

[1] Đây chỉ là một con số tượng trưng, ý nói là rất nhiều.

nghe tiếng quạ kêu, ngài tiếp tục quãng đời còn lại đi khắp đó đây để truyền dạy tông chỉ thiền Lâm Tế. Người dân Nhật luôn ghi nhớ hình ảnh của ngài như một vị thiền sư luôn xuất hiện trong chiếc áo rách tả tơi và đôi giày cỏ, nhưng để lại cho hậu thế vô số những ảnh hưởng tích cực còn thấy được trong các môn nghệ thuật mang sắc thái văn hóa thiền như thư pháp, hội họa, thi ca, trà đạo, cắm hoa, kịch Noh, vườn cảnh...

55. The Tea-Master and the Assassin

Taiko, a warrior who lived in Japan before the Tokugawa era, studied *Cha-no-yu*, tea etiquette, with *Sen-no Rikyu*, a teacher of that aesthetical expression of calmness and contentment.

Taiko's attendant warrior *Kato* interpreted his superior's enthusiasm for tea etiquette as negligence of state affairs, so he decided to kill *Sen-no Rikyu*. He pretended to make a social call upon the tea-master and was invited to drink tea. The master, who was well skilled in his art, saw at a glance the warrior's intention, so he invited *Kato* to leave his sword outside before entering the room for the ceremony, explaining that *Cha-no-yu* represents peacefulness itself.

Kato would not listen to this. "I am a warrior," he said. "I always have my sword with me. *Cha-no-yu* or no *Cha-no-yu*, I have my sword."

"Very well. Bring your sword in and have some tea," consented *Sen-no Rikyu*.

The kettle was boiling on the charcoal fire. Suddenly *Sen-no Rikyu* tipped it over. Hissing steam arose, filling the room with smoke and ashes. The startled warrior ran outside.

The tea-master apologized. "It was my mistake. Come

back in and have some tea. I have your sword here, covered with ashes and will clean it and give it to you."

In this predicament the warrior realized he could not very well kill the tea-master, so he gave up the idea.

Vị trà sư và kẻ mưu sát

Một chiến binh Nhật tên là *Taiko* sống vào trước thời đại *Tokugawa*[1] theo học Trà đạo (*Cha-no-yu*),[2] hay nghi thức uống trà, với ngài *Sen no Rikyu*,[3] một bậc thầy của loại nghệ thuật biểu đạt tinh tế sự bình thản và tự hài lòng này.

Một chiến binh khác dưới quyền của Taiko tên là *Kato* cho rằng sự ham mê Trà đạo của cấp chỉ huy mình là xao lãng nhiệm vụ đối với đất nước, nên anh ta quyết định sẽ giết chết ngài *Sen no Rikyu*. Anh ta giả vờ ghé thăm vị trà sư và được mời uống trà. Vị trà sư là người lão luyện trong nghệ thuật của mình, nên chỉ thoáng nhìn qua đã biết ngay ý định của anh chiến binh này. Vì thế, ngài đề nghị *Kato* để lại thanh gươm bên ngoài trước khi vào phòng tham dự nghi thức uống trà, giải thích rằng bản thân Trà đạo chính là biểu hiện của sự an bình.

Kato không chịu lắng nghe những lời giải thích này. Anh ta nói: "Tôi là chiến binh, tôi luôn mang theo gươm. Cho dù

---

[1] Tokugawa: tức thời đại Đức Xuyên, hay thời đại Giang Hồ (Epoque Edo), là giai đoạn từ năm 1603 đến 1867.

[2] Trà đạo: nghệ thuật uống trà được phát triển tại Nhật như một nghi thức hoàn chỉnh đầy ý nghĩa. Hầu hết các vị trà sư cũng chính là các thiền sư, vì bản thân Trà đạo cũng là một nghệ thuật được sản sinh từ thiền.

[3] Một trong các bậc trà sư danh tiếng của Nhật, bao gồm Daio (1235-1308), Noami (1397-1471), Ikkyu (1394-1481), Shuku (1422-1502) và Rikyu (1521-1591). Trong số này, ngài Rikyu là người nổi bật nhất.

có là Trà đạo hay không thì tôi vẫn phải mang theo gươm của mình."

Ngài *Sen no Rikyu* chấp thuận: "Được rồi, cứ mang theo gươm của anh vào uống trà vậy."

Khi ấm nước đang sôi trên bếp than hồng, ngài *Sen no Rikyu* bất ngờ đẩy nhẹ cho nó nghiêng đổ xuống. Lửa gặp nước kêu lên xèo xèo và một đám mây hơi nước cùng với tro bụi phun lên mù mịt khắp căn phòng. Anh chiến binh hốt hoảng phóng chạy ra ngoài.

Vị trà sư xin lỗi: "Là lỗi của tôi, xin hãy trở vào dùng trà. Tôi đang giữ thanh gươm dính đầy tro bụi của anh đây. Tôi sẽ lau chùi sạch sẽ và trả lại cho anh sau."

Trong tình thế lúng túng này, người chiến binh nhận ra rằng anh ta thật không dễ giết chết vị trà sư. Vì thế, anh ta từ bỏ ý định.

Viết sau khi dịch

Hết lòng với nhiệm vụ của mình, người chiến binh kể cũng đáng khen, nhưng anh ta không phải là đối thủ của bậc thầy đã đạt được sự thản nhiên và sáng suốt trong mọi tình huống. Ngài chỉ mới đưa ra hai chiêu thức đơn giản là đã đủ để đánh bại anh ta. Lần thứ nhất, ngài lấy lý do nghi thức để yêu cầu anh ta để kiếm bên ngoài - một lý do hoàn toàn hợp lý. Nhưng anh chiến binh này bất kể lý lẽ, vẫn khăng khăng đòi mang kiếm vào. Chính điều này đã bộc lộ cá tính anh ta, nên ngài Rikyu biết ngay phải chế ngự anh ta bằng cách nào. Chỉ một cột khói bụi bất ngờ được tạo ra một cách thông minh đã có thể tước vũ khí của anh ta dễ dàng. Dù là một chiến binh nhưng tinh thần chiến đấu của anh ta rõ ràng còn kém xa so với vị trà sư!

56. The True Path

Just before Ninakawa passed away the Zen master Ikkyu visited him. "Shall I lead you on?" Ikkyu asked.

Ninakawa replied: "I came here alone and I go alone. What help could you be to me?"

Ikkyu answered: "If you think you really come and go, that is your delusion. Let me show you the path on which there is no coming and no going."

With his words, Ikkyu had revealed the path so clearly that Ninakawa smiled and passed away.

Con đường chân thật

Ngay trước khi ngài *Ninakawa* sắp từ trần, thiền sư *Ikkyu* đến thăm và nói: "Để tôi chỉ đường cho ông nhé?"

Ngài *Ninakawa* đáp: "Tôi đến đây một mình và ra đi một mình, ông có thể giúp gì cho tôi?"

Ngài *Ikkyu* đáp: "Nếu ông nghĩ rằng ông thật có đến và có đi, thì đó chỉ là vọng tưởng của ông thôi. Để tôi chỉ cho ông con đường chân thật không có đến đi."

Với những lời này, ngài *Ikkyu* đã chỉ ra quá rõ con đường phải đi, nên ngài *Ninakawa* liền mỉm cười và viên tịch.

Viết sau khi dịch

Chính vì có đến có đi nên mới có sáu nẻo luân hồi sinh tử. Nếu ai đó nghĩ rằng mình đã tìm được chỗ đến chỗ đi khác với mọi người, nhờ đó có thể đạt được sự giải thoát, thì hẳn người đó đã thực sự sai lầm. Con đường chân thật chỉ có thể là một con đường không có sự đến đi, bởi vì trên con đường đó thì bất cứ nơi đâu cũng là điểm đến và bất cứ nơi đâu cũng là điểm khởi đầu!

57. The Gates of Paradise

A soldier named Nobushige came to *Hakuin*, and asked: "Is there really a paradise and a hell?"

"Who are you?" inquired *Hakuin*.

"I am a samurai," the warrior replied.

"You, a soldier!" exclaimed *Hakuin*. "What kind of ruler would have you as his guard? Your face looks like that of a beggar."

Nobushige became so angry that he began to draw his sword, but *Hakuin* continued: "So you have a sword. Your weapon is probably much too dull to cut off my head."

As Nobushige drew his sword *Hakuin* remarked: "Here open the gates of hell!" At these words the samurai, perceiving the master's discipline, sheathed his sword and bowed. "Here open the gates of paradise," said *Hakuin*.

Cửa thiên đường đang mở

Một võ sĩ chiến binh[1] tên là *Nobushige* tìm đến thiền sư *Hakuin*[2] và hỏi: "Quả thật có thiên đường và địa ngục hay chăng?"

Thiền sư *Hakuin* hỏi lại: "Anh là ai?"

---

[1] Trong sự phân chia giai cấp của xã hội Nhật ngày xưa, các chiến binh không chỉ thuần túy là quân nhân, họ còn được gọi là các samurai, với nghĩa là võ sĩ, hiệp sĩ... Giai cấp của họ được tôn kính trong xã hội, chỉ đứng sau giai cấp quý tộc cầm quyền mà thôi. Một samurai thường phải xem trọng danh dự hơn cả mạng sống của mình. Vì thế, việc họ bị làm nhục là không thể chấp nhận được. Nếu không đủ sức chống lại kẻ làm nhục mình, họ phải chọn con đường tự sát.

[2] Tức thiền sư *Hakuin Ekaku*, phiên âm Hán Việt là Bạch Ẩn Huệ Hạc (白隱蕙鶴). Xem lại chuyện "Thật thế sao?"

Người chiến binh đáp: "Tôi là một võ sĩ chiến binh."

Ngài *Hakuin* kêu lên: "Anh mà là chiến binh à! Có lãnh chúa nào mà lại dùng anh làm cận vệ kia chứ? Nhìn mặt anh chẳng khác một tên ăn mày!"

Chàng *Nobushige* quá tức giận đến nỗi bắt đầu rút gươm ra khỏi vỏ, nhưng ngài *Hakuin* vẫn tiếp tục: "Anh cũng có gươm nữa sao! Hẳn đó chỉ là một thứ gươm cùn, làm sao cắt đứt được đầu ta?"

Khi *Nobushige* đã rút gươm ra, ngài *Hakuin* nhận xét: "Đây rồi, cửa địa ngục đang mở!"

Vừa nghe qua, người võ sĩ chiến binh liền nhận hiểu được sự giáo huấn của thiền sư. Anh tra gươm vào vỏ và vái lạy. Ngài *Hakuin* nói: "Đây rồi, cửa thiên đường đang mở."

Viết sau khi dịch

Một khi sân hận bốc lên thì cửa địa ngục hé mở; và chỉ cần quay lưng với địa ngục là cửa thiên đường hé mở. Chân lý này tuy không khó nhận ra, nhưng lại không mấy ai chịu để tâm học lấy. Chính vì thế mà trong cuộc sống thường ngày, không ít người cứ ung dung bước vào địa ngục như thể đó là lối vào công viên dạo chơi vậy! Nếu nhận ra được điều này, hẳn ai ai cũng phải thấy là kỳ quái và đáng sợ biết bao!

58. Arresting the Stone Buddha

A merchant bearing fifty rolls of cotton goods on his shoulders stopped to rest from the heat of the day beneath a shelter where a large stone Buddha was standing. There he fell asleep, and when he awoke his goods had disappeared. He immediately reported the matter to the police.

A judge named *O-oka* opened court to investigate. "That stone Buddha must have stolen the goods," concluded the judge. "He is supposed to care for the welfare of the people, but he has failed to perform his holy duty. Arrest him."

The police arrested the stone Buddha and carried it into the court. A noisy crowd followed the statue, curious to learn what kind of a sentence the judge was about to impose.

When *O-oka* appeared on the bench he rebuked the boisterous audience. "What right have you people to appear before the court laughing and joking in this manner? You are in contempt of court and subject to a fine and imprisonment." The people hastened to apologize. "I shall have to impose a fine on you," said the judge, "but I will remit it provided each one of you brings one roll of cotton goods to the court within three days. Anyone failing to do this will be arrested."

One of the rolls of cloth which the people brought was quickly recognized by the merchant as his own, and thus the thief was easily discovered. The merchant recovered his goods, and the cotton rolls were returned to the people.

Bắt giam Phật đá

Một thương gia mang theo 50 cuộn hàng vải bông dừng lại nghỉ ngơi để tránh cơn nắng trưa trong ngôi đền có dựng một tượng Phật lớn bằng đá. Anh ta ngủ quên ở đó, và khi thức giấc thì số hàng vải đã biến mất. Anh ta lập tức đến báo quan.

Vị quan tòa tên là *O-oka*, lập tức mở phiên tòa để điều tra sự việc. Ông ta kết luận: "Hẳn là ông Phật đá đã lấy cắp số hàng hóa này. Ông ta đáng lẽ phải chăm lo cho hạnh phúc của người dân, nhưng đã không làm tròn nhiệm vụ cao quý đó. Bắt giam ông ta ngay!"

Quân lính đến bắt tượng Phật đá và khiêng về công đường. Một đám đông ồn ào theo sau pho tượng, tò mò muốn biết xem quan tòa sẽ kết án như thế nào.

Khi *O-oka* vừa xuất hiện trên vị trí của quan tòa, ông lập tức quở trách đám đông đang huyên náo: "Các ngươi có quyền gì mà đến trước công đường nói cười ầm ĩ như thế? Các ngươi đã khinh thường tòa án, đều phải bị phạt vạ và tống giam."

Tất cả mọi người đều vội vàng xin lỗi.

Vị quan tòa phán: "Ta phải phạt vạ các ngươi, nhưng ta có thể khoan hồng điều đó nếu mỗi người các ngươi mang đến đây một cuộn vải bông trong vòng 3 ngày. Nếu ai không có sẽ bị bắt giam."

Người thương gia nhanh chóng nhận ra ngay một trong những cuộn vải được mang đến chính là hàng của anh ta, và do đó tên trộm được phát hiện một cách dễ dàng. Người thương gia nhận lại được hàng hóa của mình, và những cuộn vải bông khác được trả lại cho mọi người.

Viết sau khi dịch

Phật đá cũng bị bắt giam, người dân cười nói cũng bị phạt vạ! Chuyện nghe ra thật vô lý nhưng lại được biện giải một cách thật có lý! Tượng Phật được dựng lên là để tạo phúc cho dân, thế mà trộm cắp lại xảy ra ngay dưới chân tượng Phật. Không bắt ông thì bắt ai? Người dân phải tôn trọng luật pháp, thế mà lại đến trước tòa nói cười bỡn cợt, làm sao không phạt vạ? Thế nên phải ra lệnh bắt ông Phật đá và phạt vạ dân thường, đó là chuyện hư mà hóa thật!

Nhưng quả thật nhờ có ông Phật đá và những người dân kia mà kẻ trộm phải xuất đầu lộ diện. Mà việc này đã do kẻ trộm làm thì ông Phật đá với những người dân kia nào có tội gì? Thế nên chuyện thật lại hóa hư!

Chuyện thật hóa hư, chuyện hư hóa thật, thật thật hư hư khó lòng nói rõ! Nhưng cuối cùng thì kẻ trộm cũng đã bị bắt, nên dụng ý thật sự của quan tòa cũng được thấy rõ. Chuyện đời không thiếu những việc thật thật hư hư, chỉ cần chúng ta biết tĩnh tâm suy xét một cách sáng suốt thì có thể làm cho chuyện thật hóa hư, chuyện hư hóa thật. Trong chỗ hư hư thật thật đó mà nhận rõ được bản tâm, thấy được tự tánh mới chính là tông chỉ của thiền vậy.

59. Soldiers of Humanity

Once a division of the Japanese army was engaged in a sham battle, and some of the officers found it necessary to make their headquarters in *Gasan*'s temple.

Gasan told his cook: "Let the officers have only the same simple fare we eat."

This made the army men angry, as they were used to very deferential treatment. One came to *Gasan* and said: "Who do you think we are? We are soldiers, sacrificing our lives for our country. Why don't you treat us accordingly?"

Gasan answered sternly: "Who do you think we are? We are soldiers of humanity, aiming to save all sentient beings."

Chiến sĩ

Một đội quân Nhật tham gia tập trận và một số sĩ quan thấy cần phải đặt bộ chỉ huy của họ trong ngôi chùa của ngài *Gasan*.

Ngài *Gasan* dặn người nấu bếp: "Hãy cho các sĩ quan ăn cùng những món thanh đạm giống như chúng ta."

Điều này làm cho các quân nhân nổi giận vì họ đã quen với việc được tiếp đãi hết sức kính trọng. Một người trong bọn họ đến gặp ngài *Gasan* và hỏi: "Ông nghĩ chúng tôi là ai chứ? Chúng tôi là những chiến sĩ hy sinh cả mạng sống cho đất nước chúng ta. Tại sao ông không đối xử với chúng tôi một cách tương xứng với điều đó?"

Ngài *Gasan* nghiêm giọng đáp lại: "Thế ông nghĩ chúng tôi là ai chứ? Chúng tôi là những chiến sĩ của lòng nhân từ, chiến đấu vì mục đích cứu vớt tất cả chúng sinh!"

Viết sau khi dịch

Khẩu khí của thiền sư quả thật làm cho người ta phải kính phục! Ngài đã nói lên một sự thật mà không ít người đã vô tình quên mất, trong đó có cả những người đang đứng trong hàng ngũ của đội quân nhân từ cao quý kia!

Xin mượn lời văn Quy Sơn cảnh sách nói về việc này: "Người đã xuất gia, cất bước vượt lên cao xa; tâm tánh, cốt cách khác người thế tục. Tiếp nối mà làm hưng thịnh đạo pháp, nhiếp phục hết thảy những thói hư tật xấu. Lấy việc ấy mà báo đáp bốn ơn, bạt khổ cứu nguy khắp trong ba cõi. Nếu không được vậy, chỉ là kẻ lạm mang hình tướng xuất gia, lời nói việc làm phóng túng lơ đễnh, uống nhận sự cúng dường của thập phương tín thí."[1]

60. The Tunnel

Zenkai, the son of a samurai, journeyed to Edo and there became the retainer of a high official. He fell in love with the official's wife and was discovered. In self-defence, he slew the official. Then he ran away with the wife.

---

[1] Nguyên văn chữ Hán: 夫出家者。發足超方。心形異俗。紹隆聖種。震懾魔軍。用報四恩。拔濟三有。若不如此。濫廁僧倫。言行荒疎。虛霑信施。- (Phù xuất gia giả, phát túc siêu phương, tâm hình dị tục. Thiệu long thánh chủng, chấn nhiếp ma quân. Dụng báo tứ ân, bạt tế tam hữu. Nhược bất như thử, lạm xí tăng luân, ngôn hạnh hoang sơ, hư triêm tín thí.) Bản dịch Việt ngữ của Nguyễn Minh Tiến, NXB Tôn giáo - 2004.

Both of them later became thieves. But the woman was so greedy that *Zenkai* grew disgusted. Finally, leaving her, he journeyed far away to the province of Buzen, where he became a wandering mendicant.

To atone for his past, *Zenkai* resolved to accomplish some good deed in his lifetime. Knowing of a dangerous road over a cliff that had caused the death and injury of many persons, he resolved to cut a tunnel through the mountain there.

Begging food in the daytime, *Zenkai* worked at night digging his tunnel. When thirty years had gone by, the tunnel was 2,280 feet long, 20 feet high, and 30 feet wide.

Two year before the work was completed, the son of the official he had slain, who was a skillful swordsman, found *Zenkai* out and came to kill him in revenge.

"I will give you my life willingly," said *Zenkai*. "Only let me finish this work. On the day it is completed, then you may kill me."

So the son awaited the day. Several months passed and *Zenkai* kept on digging. The son grew tired of doing nothing and began to help with the digging. After he had helped for more than a year, he came to admire *Zenkai's* strong will and character.

At last the tunnel was completed and the people could use it and travel in safety.

"Now cut off my head." said *Zenkai*. "My work is done."

"How can I cut off my own teacher's head?" asked the younger man with tears in his eyes.

Đường hầm

*Z*enkai là con trai của một võ sĩ chiến binh. *Zenkai* tìm đến Edo và trở thành tùy tùng của một quan chức cao cấp. Rồi ông vướng vào tình yêu với người vợ của vị quan chức này và sự việc bị phát giác. Để tự vệ, ông giết chết người chồng rồi tẩu thoát cùng với người vợ.

Sau đó, cả hai người trở thành kẻ trộm. Nhưng người phụ nữ quá tham lam đến nỗi *Zenkai* cảm thấy chán ghét. Cuối cùng ông rời bỏ cô ta và đi thật xa đến tỉnh Buzen, rồi trở thành một người hành khất lang thang.

Để chuộc lại lỗi lầm trong quá khứ, *Zenkai* hạ quyết tâm phải làm một điều tốt đẹp nào đó trong đời này. Khi biết có một đoạn đường nguy hiểm ven sườn núi đã làm cho nhiều người phải bị thương và thiệt mạng, *Zenkai* liền quyết tâm đào một con đường hầm xuyên qua ngọn núi ở đó.

Zenkai đi xin ăn ban ngày và thực hiện công việc đào đường hầm vào ban đêm. Trải qua 30 năm thì con đường hầm đã dài được 695 mét, cao 6 mét và rộng 9 mét.

Hai năm trước khi công việc hoàn tất, người con trai của viên quan mà *Zenkai* đã giết trước đây tìm ra được *Zenkai*. Người này là một tay kiếm tài ba và đến để giết *Zenkai* trả thù cho cha.

Zenkai nói với người muốn giết ông: "Ta rất sẵn lòng chịu chết, nhưng chỉ xin để cho ta làm xong việc này. Ngày nào công việc hoàn tất, anh có thể giết ta."

Thế là người con trai chấp nhận chờ đến ngày đó. Trải qua nhiều tháng, *Zenkai* vẫn tiếp tục công việc đào đường hầm. Người con trai trở nên buồn chán vì không có việc gì làm nên bắt đầu giúp *Zenkai* đào đất. Sau khi phụ giúp được hơn một năm, anh trở nên khâm phục ý chí mạnh mẽ và nhân cách của *Zenkai*.

Cuối cùng, con đường hầm cũng được hoàn tất và mọi người có thể qua lại một cách an toàn. *Zenkai* nói: "Công việc đã xong rồi, giờ hãy lấy đầu ta đi."

Người thanh niên đáp qua làn nước mắt: "Làm sao con lại có thể lấy đầu bậc ân sư của chính mình?"

Viết sau khi dịch

Chỉ có việc làm xấu chứ không có người xấu! Nhiều người trong chúng ta không hiểu hoặc không tin được điều này. Tuy nhiên, chính vì không hiểu hoặc không tin điều này mà chúng ta thường có những cách ứng xử hẹp hòi, luôn gây thêm đau khổ. Nếu chúng ta thừa nhận một sự thật rằng tất cả chúng ta đều có lúc sai lầm, thì vấn đề quan trọng và hợp lý không phải là lớn tiếng nguyền rủa căm ghét những sai lầm, mà là hãy sẵn sàng chấp nhận sự hối cải của những con người đã từng phạm tội. Ngày nào nhân loại còn chưa nhận ra được điều này thì chúng ta chưa thể có được một thế giới thực sự bình an và tươi đẹp.

61. Gudo and the Emperor

The emperor Goyozei was studying Zen under *Gudo*. He inquired: "In Zen this very mind is Buddha. Is this correct?"

Gudo answered: "If I say yes, you will think that you understand without understanding. If I say no, I would be contradicting a fact which many understand quite well."

On another day the emperor asked *Gudo*: "Where does the enlightened man go when he dies?"

Gudo answered: "I know not."

"Why don't you know?" asked the emperor.

"Because I have not died yet," replied *Gudo*.

The emperor hesitated to inquire further about these things, his mind could not grasp. So *Gudo* beat the floor with his hand as if to awaken him and the emperor was enlightened!

The emperor respected Zen and old *Gudo* more than ever after his enlightenment, and he even permitted *Gudo* to wear his hat in the palace in winter. When *Gudo* was over eighty he used to fall asleep in the midst of his lecture, an the emperor would quietly retire to another room so his beloved teacher might enjoy the rest his aging body required.

Thiền sư và hoàng đế

Hoàng đế *Goyozei* theo học thiền với thiền sư *Gudo*.[1] Ngài thắc mắc: "Thiền dạy rằng chính tâm này là Phật, có phải vậy không?"

Thiền sư *Gudo* trả lời: "Nếu ta nói có, ngài sẽ nghĩ rằng đã hiểu, nhưng thật ra không hiểu gì cả. Nếu ta nói không, ta sẽ mâu thuẫn với một sự thật mà rất nhiều người hiểu rõ."

Một ngày khác, hoàng đế lại hỏi: "Người đã giác ngộ sẽ về đâu sau khi chết?"

Thiền sư *Gudo* nói: "Ta không biết."

Hoàng đế lại hỏi: "Sao thầy lại không biết?"

Ngài *Gudo* đáp lại: "Bởi vì ta chưa chết."

Vị hoàng đế ngập ngừng muốn hỏi thêm về những điều này, đầu óc ông không thể nắm hiểu được. Vì thế, ngài *Gudo* đập tay xuống sàn nhà[2] như để thức tỉnh ông ta, và hoàng đế liền được chứng ngộ.

Từ sau khi giác ngộ, hoàng đế càng thêm kính trọng thiền học và vị lão sư *Gudo* hơn nữa. Ngài thậm chí còn cho phép vị thầy này đội mũ khi triều kiến vào mùa đông. Khi đã hơn 80 tuổi, thiền sư *Gudo* thường ngủ gật trong lúc đang giảng dạy. Những lúc ấy, hoàng đế thường lặng lẽ đi sang một phòng

---

[1] Tức thiền sư *Gudo Toshoku*. Xem chuyện Hạt ngọc trong bùn.
[2] Người Nhật khi tiếp khách thường ngồi dưới sàn nhà, thay vì ngồi trên ghế.

khác để vị thầy kính yêu của mình được nghỉ ngơi theo sự đòi hỏi của tấm thân già nua.

Viết sau khi dịch

Phép mầu vi diệu nhất chính là việc bước đi vững vàng trên mặt đất. Nhưng hầu hết những người ban đầu đến với thiền đều muốn được thấu hiểu những điều mà họ cho là sâu xa, vi diệu hơn. Họ thắc mắc và suy nghĩ, tìm tòi về rất nhiều điều mà thật ra chẳng liên quan gì đến sự giải phóng tâm thức. Hoàng đế cũng là một con người, nên ông cũng không tránh khỏi sự lệch hướng này. Điều đáng nói ở đây là sau cái đập tay xuống sàn nhà của ngài Gudo, ông đã bừng tỉnh!

Mỗi chúng ta cần bao nhiêu cái đập tay xuống sàn như thế?

62. In the Hands of Destiny

A great Japanese warrior named Nobunaga decided to attack the enemy although he had only one-tenth the number of men the opposition commanded. He knew that he would win, but his soldiers were in doubt.

On the way he stopped at a Shinto shrine and told his men: "After I visit the shrine I will toss a coin. If heads comes, we will win; if tails, we will lose. Destiny holds us in her hand."

Nobunaga entered the shrine and offered a silent prayer. He came forth and tossed a coin. Heads appeared. His soldiers were so eager to fight that they won their battle easily.

'No one can change the hand of destiny," his attendant told him after the battle.

"Indeed not," said Nobunaga, showing a coin which had been doubled, with heads facing either way.

Số mệnh

Một vị tướng quân lỗi lạc người Nhật tên là *Nobunaga*[1] quyết định tấn công quân địch mặc dù trong tay ông chỉ có một số quân bằng một phần mười so với quân số đối phương. Ông biết chắc là sẽ thắng, nhưng quân lính của ông còn hoang mang.

Trên đường hành quân, ông dừng lại ở một ngôi đền thuộc phái Thần đạo (*Shinto*) và bảo các tướng sĩ: "Sau khi viếng đền, ta sẽ gieo đồng tiền để xin một quẻ. Nếu xin được mặt ngửa,[2] chúng ta sẽ thắng. Nếu không, chúng ta sẽ thua. Chúng ta đành tùy theo số mệnh vậy."

Nobunaga vào đền và lặng lẽ cầu khấn. Rồi ông ta bước ra trước và gieo một đồng tiền. Mặt ngửa của đồng tiền hiện ra. Quân sĩ vô cùng phấn chấn đến nỗi họ đã thắng trận một cách dễ dàng.

Sau trận đánh, một viên tùy tùng nói với *Nobunaga*: "Không ai thay đổi được số mệnh."

Nobunaga nói: "Không hẳn thế!" Và ông đưa đồng tiền ra. Nó được tạo bởi hai đồng tiền gắn chặt vào nhau để cả hai mặt đều là mặt ngửa!

---

[1] Tức Oda Nobunaga, sinh năm 1534 và mất năm 1582. Ông xuất thân từ một gia đình tầm thường ở tỉnh Owari nhưng trong sự nghiệp quân sự của mình đã dần dần chiếm được cả một vùng rộng lớn và chiếm giữ thủ đô Kyoto vào năm 1568. Năm 1573, chính ông đã lật đổ nhà cai trị quân sự cuối cùng của dòng họ Ashikaga. Đến năm 1580 thì ông đã mở rộng tầm kiểm soát khắp miền trung nước Nhật. Tuy nhiên, trước khi ông kịp thực hiện tham vọng cai trị toàn nước Nhật thì đã bị ám sát bởi một trong những thuộc hạ của mình.

[2] Mặt ngửa của đồng tiền khi xin keo là mặt có hình người; mặt phía bên kia gọi là mặt sấp.

Viết sau khi dịch

Khi đọc chuyện này chúng ta không khỏi nhớ đến bài thơ Nam quốc sơn hà của Lý Thường Kiệt. Tuy bối cảnh khác nhau nhưng dụng ý của hai vị tướng quân là hoàn toàn giống nhau, đều muốn mượn lòng tin của tướng sĩ vào những sức mạnh huyền bí để động viên, khích lệ tinh thần chiến đấu của họ. Và cả hai đều thành công trong mục đích của mình.

Người tu tập tuy không hề dựa vào những niềm tin theo kiểu này, nhưng nhất thiết phải hiểu được sức mạnh vô song của ý chí bao giờ cũng là yếu tố quyết định sự thành công trong mọi nỗ lực. Chính vì thế mà các bậc Tổ sư đều dạy việc phát tâm Bồ-đề là một khởi điểm tối cần thiết của người tu tập. Phát tâm Bồ-đề chính là xác định mục tiêu và phát khởi ý chí dũng mãnh trên đường tu tập, chính nhờ đó mà có thể thực hiện được ngay cả những việc rất khó làm!

63. Killing

Gasan instructed his adherents one day: "Those who speak against killing and who desire to spare the lives of all conscious beings are right. It is good to protect even animals and insects. But what about those persons who kill time, what about those who are destroying wealth, and those who destroy political economy? We should not overlook them. Furthermore, what of the one who preaches without enlightenment? He is killing Buddhism."

Giết hại

Thiền sư *Gasan* dạy các đệ tử rằng: "Những ai phản đối sự giết hại và mong muốn bảo vệ sự sống cho tất cả sinh linh đều là đúng đắn. Biết bảo vệ ngay cả động vật và côn trùng là điều rất tốt. Nhưng còn những người hoang phí thời gian thì sao? Những người hủy hoại của cải vật chất thì sao? Và những người làm hại đến kinh tế chính trị thì sao? Chúng ta không nên bỏ qua cho họ! Hơn thế nữa, còn những người thuyết giảng giáo pháp không có sự giác ngộ thì sao? Những người ấy đang giết hại đạo Phật!"

Viết sau khi dịch

Chúng ta thường chỉ nghĩ đến sự giết hại khi có sự giãy chết của một sinh mạng! Hiểu như thế là đúng nhưng chưa đủ. Khi chúng ta giết thời gian một cách vô bổ, hoang phí của cải vật chất vì những mục đích không cần thiết, gây ảnh hưởng xấu đến sự phát triển kinh tế chính trị... Tất cả những hành vi đó đều là đang phạm vào giới cấm giết hại. Bởi vì, dù trực tiếp hay gián tiếp, sự sống quanh ta đang bị tổn hại vì những hành vi đó. Đối với những giáo pháp được giảng dạy mà không mang đến sự giác ngộ, sự tổn hại còn nặng nề nghiêm trọng hơn nữa. Bởi vì điều đó làm tổn hại đến cả sự sống tinh thần chứ không chỉ là vật chất. Và còn hơn thế nữa, điều đó sẽ dần dần giết chết đạo Phật!

64. Kasan Sweat

Kasan was asked to officiate at the funeral of a provincial lord.

He had never met lords and nobles before so he was nervous. When the ceremony started, Kasan sweat.

Afterwards, when he had returned, he gathered his pupils together. Kasan confessed that he was not yet qualified to be a teacher for he lacked the sameness of bearing in the world of fame that he possessed in the secluded temple. Then Kasan resigned and became the pupil of another master. Eight years later he returned to his former pupils, enlightened.

Toát mồ hôi

Ngài *Kasan*[1] được yêu cầu tổ chức tang lễ cho một vị lãnh chúa địa phương.

Trước đó ngài chưa từng tiếp xúc với các vị lãnh chúa và giới quý tộc, nên ngài thấy căng thẳng. Lúc tang lễ bắt đầu, cả người ngài toát mồ hôi!

Sau đó, khi trở về ngài liền triệu tập các đệ tử của mình đến. Ngài thú nhận rằng mình chưa đủ tư cách để làm một bậc thầy, bởi vì ngài thiếu sự an nhiên tự tại trong thế giới danh vọng, điều mà ngài đã có được trong nếp sống biệt lập của tự viện.

Rồi ngài **Kasan** từ bỏ cương vị làm thầy và trở thành đệ tử của một vị thiền sư khác. Ngài giác ngộ và trở lại với các đệ tử trước đây của mình vào 8 năm sau đó.

Viết sau khi dịch

Thật không dễ dàng chút nào khi phải thú nhận nhược điểm của chính mình! Và càng khó khăn gấp bội khi phải thú nhận điều đó với chính những học trò của mình. Nếu không phải dũng lực của người xả thân cầu đạo thì hẳn không mấy ai có thể làm được như vậy. Nhưng chính sự dũng cảm đó đã mang đến sự giác ngộ cho ngài, bởi nếu không khởi đầu từ sự thừa nhận thất bại thì không ai có thể đạt đến thành công!

65. The Subjugation of a Ghost

A young wife fell sick and was about to die. "I love you so much," she told her husband, "I do not want to leave you. Do not go from me to any other woman. If you do, I will return as a ghost and cause you endless trouble."

---

[1] Tức thiền sư Kasan Zenryo, sinh năm 1824 và mất năm 1893, Lâm Tế tông Nhật

65. THE SUBJUGATION OF A GHOST

Soon the wife passed away. The husband respected her last wish for the first three months, but then he met another woman and fell in love with her. They became engaged to be married.

Immediately after the engagement a ghost appeared every night to the man, blaming him for not keeping his promise. The ghost was clever too. She told him exactly what had transpired between himself and his new sweetheart. Whenever he gave his fiancee a present, the ghost would describe it in detail. She would even repeat conversations, and it so annoyed the man that he could not sleep. Someone advised him to take his problem to a Zen master who lived close to the village. At length, in despair, the poor man went to him for help.

"Your former wife became a ghost and knows everything you do," commented the master. "Whatever you do or say, whatever you give your beloved, she knows. She must be a very wise ghost. Really you should admire such a ghost. The next time she appears, bargain with her. Tell her that she knows so much you can hide nothing from her, and that if she will answer you one question, you promise to break your engagement and remain single."

"What is the question I must ask her?" inquired the man.

The master replied: "Take a large handful of soy beans and ask her exactly how many beans you hold in your hand. If she cannot tell you, you will know she is only a figment of your imagination and will trouble you no longer."

The next night, when the ghost appeared the man flattered her and told her that she knew everything.

"Indeed," replied the ghost, "and I know you went to see that Zen master today."

"And since you know so much," demanded the man, "tell me how many beans I hold in this hand."

There was no longer any ghost to answer the question.

Chinh phục bóng ma

Một cô vợ trẻ lâm bệnh nặng sắp chết nói với chồng: "Em yêu anh nhiều lắm! Em không muốn lìa xa anh! Đừng bỏ em mà theo một người đàn bà nào khác. Nếu anh làm thế, em sẽ trở về làm ma quấy nhiễu anh luôn!"

Không lâu sau, người vợ qua đời. Người chồng tôn trọng tâm nguyện cuối cùng của vợ được 3 tháng ngay sau đó, nhưng rồi anh ta gặp một người đàn bà khác và đem lòng yêu thương. Họ đính hôn với nhau.

Ngay sau lễ đính hôn, người chồng thấy một con ma xuất hiện hằng đêm, trách mắng anh ta không giữ lời đã hứa. Con ma rất khôn ngoan. Nó nói ra chính xác những việc đã diễn ra giữa anh với cô nhân tình mới. Mỗi khi anh tặng cô ta một món quà, con ma thường mô tả được chi tiết món quà ấy. Thậm chí nó thường lặp lại những lời trò chuyện giữa hai người. Và điều đó thật khó chịu đến nỗi người chồng không sao chợp mắt được nữa. Có người khuyên anh ta trình bày việc này với vị thiền sư sống ở gần làng. Cuối cùng, trong tâm trạng thất vọng, người đàn ông tội nghiệp này tìm đến vị thiền sư để nhờ giúp đỡ.

Vị thiền sư nhận xét: "Người vợ trước của anh hóa thành một bóng ma và biết được mọi việc anh làm. Bất kể điều gì anh nói, bất kỳ món gì anh tặng cho tình nhân, cô ấy đều biết. Hẳn đó phải là một con ma khôn ngoan! Lần tới đây, khi cô ấy xuất hiện, anh hãy thương lượng với cô ta. Bảo cô ấy rằng, cô ấy biết quá nhiều đến nỗi anh không thể che giấu được gì, và nếu như cô ấy trả lời anh một câu hỏi, anh hứa sẽ hủy bỏ ngay hôn ước và tiếp tục sống độc thân."

Người đàn ông thắc mắc: "Thế tôi phải hỏi cô ấy câu gì?"

Vị thiền sư đáp: "Hãy nắm đầy trong tay một nắm đậu nành và hỏi cô ấy xem chính xác có bao nhiêu hạt. Nếu cô ta không nói được thì anh sẽ biết rằng đó chỉ là một hình ảnh từ trí tưởng tượng của anh mà thôi, và điều đó sẽ không còn quấy nhiễu anh nữa."

Đêm sau, khi bóng ma xuất hiện, người đàn ông lên tiếng khen ngợi cô, rằng cô đã biết được hết thảy mọi việc. Bóng ma trả lời: "Đúng vậy, và tôi còn biết là hôm nay anh đã đến gặp lão thiền sư kia."

Người đàn ông đề nghị: "Vì em biết quá nhiều như thế, hãy nói cho anh biết trong tay anh đang có bao nhiêu hạt đậu nành."

Không còn bóng ma nào ở đó để trả lời câu hỏi!

Viết sau khi dịch

Sự yêu thương mù quáng thường làm khổ người mình yêu vì ý muốn chiếm hữu. Người vợ yêu chồng, nhưng thay vì mong muốn chồng mình được hạnh phúc thì lại chỉ muốn anh ta mãi mãi là "*của mình*". Đây có thể xem là trường hợp điển hình cho hầu hết những tình yêu nam nữ thông thường. Người chồng có thể vui lòng sống cô độc trọn đời mà không bước đến với ai khác, nếu bản thân anh ta tự nguyện như thế. Nhưng nếu phải thực hiện điều đó chỉ vì lời trăn trối đầy hàm ý "đe dọa" của người vợ sắp chết thì quả là một sự đau khổ không cùng!

Bằng một sự phân tích sáng suốt và khoa học, vị thiền sư đã nhận ra ngay rằng "bóng ma" chỉ là kết quả của nỗi ám ảnh mà người chồng mang nặng từ những lời trăn trối của vợ. Vì thế, nó không từ đâu đến mà chỉ là sự hiện ra từ chính tâm thức của anh! Một cách khôn ngoan, ngài đã chỉ dạy cho anh chồng một phương pháp hết sức thực tiễn: Chất vấn *"bóng ma" về một điều mà chính bản thân anh cũng không biết được! Và vì chính anh không biết được nên "bóng ma" cũng không thể biết được! Bằng cách này, thiền sư không phải muốn khẳng định phán đoán của mình, mà là khéo léo giúp cho người chồng tự mình nhận hiểu, và nhờ đó đánh thức được anh ta ra khỏi cơn ảo mộng của mình!*

66. Children of His Majesty

Yamaoka Tesshu was a tutor of the emperor. He was also a master of fencing and a profound student of Zen.

His home was the abode of vagabonds. He had but one suit of clothes, for they kept him always poor.

The emperor, observing how worn his garments were, gave *Yamaoka* some money to buy new ones. The next time *Yamaoka* appeared he wore the same old outfit.

"What became of the new clothes, *Yamaoka*?" asked the emperor.

"I provided clothes for the children of Your Majesty," explained *Yamaoka*.

Con dân của ngài

Thiền sư *Yamaoka Tesshu* là bậc thầy của hoàng đế. Ngài cũng là bậc thầy về kiếm thuật và uyên thâm về thiền học.

Nhà ngài ở cũng là nơi trú ngụ của những kẻ sống lang thang. Ngài chỉ có duy nhất một bộ quần áo, vì những kẻ lang thang này khiến cho ngài lúc nào cũng nghèo túng.

Hoàng đế thấy quần áo của ngài đã rách bươm, liền biếu ngài một số tiền để mua những bộ quần áo mới. Nhưng rồi sau đó ông vẫn thấy ngài đến trong bộ quần áo cũ.

Hoàng đế liền hỏi: "Chuyện gì đã xảy ra với những bộ quần áo mới rồi, thưa thầy?"

Thiền sư *Yaomaka* giải thích: "À, ta đã ban phát hết cho con dân của ngài rồi."

Viết sau khi dịch

Về lý thuyết thì có biết bao người chăm lo cho dân, mà trên hết là người đang cầm quyền cai trị. Trong thời phong kiến, người ta gọi các vị quan cai trị địa phương là "quan phụ mẫu", vì họ được cho là phải thương dân và lo cho dân như con đẻ của mình. Đó là lý thuyết, còn thực tế thì thường là "những đứa con" phải nỗ lực tự lo cho cuộc sống của mình, còn è ạch cõng theo trên lưng vô số những khoản sưu thuế nặng nề để phục dịch những người cai trị! Con dân của hoàng đế, nhưng hoàng đế đã quên không nhớ đến; còn thiền sư chỉ xem họ như những người bạn, nhưng chẳng tiếc gì với họ! Lời nhắc nhở này nếu không làm hoàng đế thức tỉnh thì kể cũng là khác lạ!

67. What Are You Doing!
What Are You Saying!

In modern times a great deal of nonsense is talked about masters and disciples, and about the inheritance of a master's teaching by favorite pupils, entitling them to pass the truth on to their adherents. Of course Zen should be imparted in this way, from heart to heart, and in the past it was really accomplished. Silence and humility reigned rather than profession and assertion. The one who received such a teaching kept the matter hidden even after twenty years. Not until another discovered through his own need that a real master was at hand was it learned that the teaching had been imparted, and even then the occasion arose quite naturally and the teaching made its way in its own right. Under no circumstance did the teacher even claim "I am the successor of So-and-so." Such a claim would prove quite the contrary.

The Zen master Mu-nan had only one successor. His name was Shoju. After Shoju had completed his study of Zen, Mu-nan called him into his room. "I am getting old," he said, "and as far as I know, Shoju, you are the only one who will carry on this teaching. Here is a book. It has been passed down from master to master for seven generations. I also have added many points according to my understanding. The book is very valuable, and I am giving it to you to represent your successorship."

"If the book is such an important thing, you had better keep it," Shoju replied. "I received your Zen without writing and am satisfied with it as it is."

"I know that," said Mu-nan. "Even so, this work has been carried from master to master for seven generations, so you may keep it as a symbol of having received the teaching. Here."

The two happened to be talking before a brazier. The instant Shoju felt the book in his hands he thrust it into the flaming coals. He had no lust for possessions.

Mu-nan, who never had been angry before, yelled: "What are you doing?"

Shoju shouted back: "What are you saying?"

Con làm gì vậy?

Trong thời hiện đại người ta nói rất nhiều những điều vô nghĩa về các thiền sư và thiền sinh, và về sự kế thừa giáo pháp của bậc thầy bởi những đệ tử tâm đắc, cho phép họ trao truyền chân lý cho những đệ tử tiếp theo. Tất nhiên là thiền nên được truyền thừa theo cách trực tiếp, lấy tâm truyền tâm, và trong quá khứ điều này đã được thực hiện đúng như vậy. Vào thời ấy, sự lặng lẽ và khiêm tốn được thấy nhiều hơn là tính chuyên nghiệp và sự khẳng định. Người được truyền thừa một giáo pháp như thế sẽ giữ kín sự việc thậm chí cho đến hai mươi năm sau. Chỉ đến khi có một người nào khác trên đường cầu đạo khám phá ra được vị chân sư đang ở bên cạnh mình thì người ta mới biết là giáo pháp đã được truyền thụ. Và ngay cả khi đó thì sự việc cũng sẽ diễn tiến một cách hoàn toàn tự nhiên, và giáo pháp được truyền thừa theo đúng với ý nghĩa của nó. Trong bất cứ trường hợp nào, một vị thiền sư cũng không bao giờ tự tuyên bố rằng mình là người nối pháp của vị này, vị kia... Lời tuyên bố như thế thường chỉ chứng tỏ một điều ngược lại!

Thiền sư *Mu-nan*[1] chỉ có duy nhất một đệ tử kế thừa tên là *Shoju*.[2] Sau khi *Shoju* đã hoàn tất việc học thiền, ngài Mu-nan gọi ông vào phòng và nói: "Thầy đã già rồi, và theo nhận xét của thầy thì con là người duy nhất sẽ tiếp tục truyền nối giáo pháp. Đây là một tập sách đã được truyền lại qua bảy thế hệ các bậc tiên sư. Thầy cũng đã thêm vào trong này nhiều điều dựa theo sự hiểu biết của thầy. Tập sách này hết sức giá trị, và thầy sẽ trao nó cho con để chứng tỏ sự kế thừa của con."

Ngài *Shoju* đáp: "Nếu tập sách này quan trọng đến thế, tốt hơn là thầy nên giữ lấy nó. Con đã nhận được pháp thiền của thầy không cần văn tự và con hài lòng với pháp thiền như thế."

Thiền sư *Mu-nan* nói: "Thầy vẫn biết thế, nhưng dù sao thì tác phẩm này cũng đã được truyền nối qua bảy đời tiên

---

[1] Tức thiền sư Shido Mu-nan. Xem lại chuyện Hạt ngọc trong bùn.
[2] Tức thiền sư Shoju Rojin, còn có tên là Dokyo Etan, phiên âm Hán Việt là Đạo Cảnh Huệ Đoan, sinh năm 1603 và mất năm 1676, thuộc tông Lâm Tế của Nhật.

sư, nên con có thể giữ lấy nó như một biểu tượng của việc được truyền thừa giáo pháp. Đây, hãy cầm lấy."

Tình cờ lúc ấy cả hai đang trò chuyện ngay phía trước một lò than hồng. Ngay khi *Shoju* vừa cầm được quyển sách vào tay, ông vất ngay vào ngọn lửa than đang cháy. Ông không một chút ham muốn sở hữu nó.

Thiền sư *Mu-nan* từ trước vốn chưa từng nổi giận, giờ thét lên: "Con làm gì vậy?"

Ngài *Shoju* cũng quát lại: "Thầy nói gì vậy?"

Viết sau khi dịch

Thiền sư Mu-nan sửng sốt trước việc làm của người đệ tử nên thét lên: "Con làm gì vậy?" Ngài Shoju cũng không kém kinh ngạc trước phản ứng của thầy nên quát lại: "Thầy nói gì vậy?" Cả hai đều hành xử đúng theo suy nghĩ và nhận thức của mình, chỉ có điều là những nhận thức ngay trong khi đó lại không cùng một điểm xuất phát!

Thiền tông xem trọng việc "dĩ tâm truyền tâm", nhưng điều đó không có nghĩa là phủ nhận phương tiện truyền bá bằng văn tự, miễn là điều đó phải được nhìn nhận như một phương tiện mà thôi. Chính trong ý nghĩa đó mà ngài Mu-nan muốn giữ lại tập sách đã truyền nối qua bảy đời tiên sư. Người đệ tử tự mình đã thấu triệt được pháp thiền không văn tự của thầy nên không muốn rơi trở vào sự trói buộc của văn tự. Trong ý nghĩa đó mà ông ta đốt ngay tập sách. Cả hai người đều đúng, xét theo nhận thức của chính họ. Vì thế, giữ hay đốt đều tùy thuộc vào nhận thức của mỗi người.

Đây không phải là trường hợp duy nhất đã từng xảy ra. Tập sách Bích nham lục, một kiệt tác trong thiền môn, cũng đã từng bị đốt cháy không thương tiếc, thậm chí các bản sao của nó còn bị "truy sát" trong một thời gian dài!

68. One Note of Zen

After Kakua visited the emperor he disappeared and no one knew what became of him. He was the first Japanese to study Zen in China, but since he showed nothing of it, save one note, he is not remembered for having brought Zen into his country.

Kakua visited China and accepted the true teaching. He did not travel while he was there. Meditating constantly, he lived on a remote part of a mountain. Whenever people found him and asked him to preach he would say a few words and then move to another part of the mountain where he could be found less easily.

The emperor heard about Kakua when he returned to Japan and asked him to preach Zen for his edification and that of his subjects.

Kakua stood before the emperor in silence. He then produced a flute from the folds of his robe, and blew one short note. Bowing politely, he disappeared.

Nốt nhạc thiền

Sau một lần triều kiến hoàng đế, thiền sư *Kakua*[1] bỗng dưng mất tích và không ai biết được điều gì đã xảy ra cho ngài.

Ngài là vị thiền sư Nhật đầu tiên đến học thiền ở Trung Hoa, nhưng vì ngài không hề bày tỏ gì về điều đó, trừ ra một nốt nhạc, nên không ai nhớ đến việc ngài đã mang thiền học về quê hương của mình.

Ngài *Kakua* đã đến Trung Hoa và nhận được giáo pháp chân truyền. Trong thời gian ở đó ngài không đi đâu cả, chỉ sống trên một ngọn núi cao hẻo lánh và thiền định miên mật.

---

[1] Tức thiền sư Kakuan Shion, tên phiên âm là Khuếch Am Sư Viễn, sống vào khoảng năm 1150.

Khi có người tìm đến để xin theo học, ngài thường chỉ đối đáp đôi lời rồi bỏ đi sang một chỗ khác trong núi ấy để người ta khó tìm ra hơn.

Khi thiền sư *Kakua* trở về Nhật, hoàng đế nghe tin và thỉnh cầu ngài đến dạy thiền để khai mở trí huệ cho chính ông cũng như các thần dân của mình.

Ngài *Kakua* đến và đứng lặng yên trước mặt hoàng đế. Sau đó, ngài lấy từ nếp áo cà sa ra một ống sáo và thổi lên chỉ một nốt nhạc ngắn. Rồi ngài cúi chào một cách lễ phép và ra đi mất dạng.

Viết sau khi dịch

Quả thật là: Cánh chim bay qua trời rộng, bóng chìm tận đáy nước sâu! Chim kia không mong để lại vết tích, nước nọ cũng chẳng động lòng giữ lại hình chim! Đó là lời người xưa nói: "Nhạn quá trường không, ảnh trầm hàn thủy! Nhạn tuyệt di tung chi ý, thủy vô lưu ảnh chi tâm!" (雁過長空。影沈寒水。雁絕遺蹤之意。水無留影之心。) *Chính trong chỗ không tung không tích, không hình không ảnh đó lại vang lên một nốt nhạc thiền!*

69. Eating the Blame

Circumstances arose one day which delayed preparation of the dinner of a Soto Zen master, Fugai, and his followers. In haste the cook went to the garden with his curved knife and cut off the tops of green vegetables, chopped them together, and made soup, unaware that in his haste he had included a part of a snake in the vegetables.

The followers of Fugai thought they never had tasted such good soup. But when the master himself found the snake's head in his bowl, he summoned the cook. "What is this?" he demanded, holding up the head of the snake.

"Oh, thank you, master," replied the cook, taking the morsel and eating it quickly.

Nuốt cả lỗi lầm

Một hôm, việc chuẩn bị bữa trưa cho thiền sư *Fugai* thuộc phái Tào Động (Nhật) và các đệ tử của ngài bị chậm trễ vì có nhiều việc bất ngờ xảy ra. Vị tăng nấu bếp hối hả chạy ra vườn cầm liềm cắt vội những ngọn rau xanh, thái nhỏ và nấu món canh, không hề biết rằng trong lúc vội vàng ông đã vơ cả một phần con rắn vào trong bó rau.

Các đệ tử của ngài *Fugai* nghĩ là họ chưa bao giờ được ăn một bữa canh ngon đến thế! Nhưng khi chính vị thầy nhìn thấy cái đầu rắn trong bát mình, ngài liền gọi ngay vị tăng nấu bếp đến. Cầm cái đầu rắn đưa lên, ngài hỏi: "Cái gì đây?"

"Ồ, con cảm ơn thầy." Vị tăng đáp ngay và giật lấy cái đầu rắn nhanh chóng cho vào miệng nuốt mất.

Viết sau khi dịch

Mấy ai có được phản ứng nhanh nhạy và chính xác như vị tăng nấu bếp này? Lỗi lầm của một người không nên để cho nhiều người phải gánh chịu, huống chi đó lại là một lỗi lầm không cố ý. Những huynh đệ của ông đã được một bữa canh ngon, không nên để họ phải hối tiếc về bữa ăn đó!

70. The Most Valuable Thing in the World

Sozan, a Chinese Zen master, was asked by a student: "What is the most valuable thing in the world?"

The master replied: "The head of a dead cat."

"Why is the head of a dead cat the most valuable thing in the world?" inquired the student.

Sozan replied: "Because no one can name its price."

Vô giá

Một thiền tăng thưa hỏi thiền sư Sơ Sơn[1] (Trung Hoa) rằng: "Trên thế gian này vật gì quý giá nhất?"

Thiền sư trả lời: "Cái đầu mèo chết."

Thiền tăng thắc mắc: "Vì sao cái đầu mèo chết lại quý giá nhất thế gian?"

Thiền sư đáp: "Vì không ai có thể nêu giá được."

Viết sau khi dịch

Cái gọi là giá trị đối với hầu hết chúng ta chẳng qua chỉ là sự phù hợp với những chuẩn mực, giá trị được định sẵn, để rồi tùy theo đó mà ta định giá cho sự vật, sự việc. Khi nêu ra một sự vật hoàn toàn không có trong "khung giá" thông thường, có lẽ thiền sư muốn qua đó cảnh tỉnh người học cần phải thoát ra khỏi khuôn khổ tầm thường để tìm thấy được những chân giá trị.

71. Learning To Be Silent

The pupils of the Tendai school used to study meditation before Zen entered Japan. Four of them who were intimate friends promised one another to observe seven days of silence.

On the first day all were silent. Their meditation had begun auspiciously, but when night came and the oil lamps were growing dim one of the pupils could not help exclaiming to a servant: "Fix those lamps."

---

[1] Tức thiền sư Sơ Sơn Quang Nhân (疎山光仁), nối pháp ngài Động Sơn Lương Giới. Không rõ niên đại, nhưng ngài đến núi Sơ Sơn dựng chùa tu tập vào khoảng niên hiệu Trung Hòa đời Đường (881-884).

The second pupil was surprised to hear the first one talk. "We are not supposed to say a word," he remarked.

'You two are stupid. Why did you talk?" asked the third.

"I am the only one who has not talked," concluded the fourth pupil.

Học cách im lặng

Các môn đồ của tông Thiên Thai thường học pháp quán tưởng trước khi thiền học được đưa vào nước Nhật. Có bốn tăng sinh thuộc tông này là bạn thân với nhau. Họ hứa sẽ cùng nhau giữ im lặng trong 7 ngày.

Ngày thứ nhất trôi qua hoàn toàn im lặng. Khóa tu quán tưởng của họ khởi đầu đầy hứa hẹn. Tuy nhiên, khi đêm xuống và ngọn đèn dầu lụn dần sắp tắt thì một tăng sinh không nhịn được nữa phải gọi người phục vụ: "Này, sửa giúp mấy ngọn đèn ấy đi!"

Người thứ hai ngạc nhiên khi nghe người thứ nhất nói, liền nhận xét: "Chúng ta không được nói tiếng nào kia mà!"

Người thứ ba lên tiếng: "Cả hai anh đều ngốc cả! Tại sao các anh lại nói?"

Người thứ tư kết luận: "Tôi là người duy nhất không nói."

Viết sau khi dịch

Nói hay không nói chẳng phải chỉ ở nơi ngoài miệng, cũng như việc giữ giới hay không chẳng riêng ở thân và khẩu. Tập khí của mỗi chúng ta từ vô thủy nay vốn đều sâu dày kiên cố, nếu phát tâm muốn trừ bỏ để hướng về nẻo lành thì phải kiên trì nỗ lực không ngừng nghỉ. Nếu không được như thế thì chẳng qua chỉ là chuyện đùa chơi, không dễ gì đạt được kết quả!

72. The Blockhead Lord

Two Zen teachers, Daigu and *Gudo*, were invited to visit a lord. Upon arriving, *Gudo* said to the lord: 'You are wise by nature and have an inborn ability to learn Zen."

"Nonsense," said Daigu. "Why do you flatter this blockhead? He may be a lord, but he doesn't know anything of Zen."

So, instead of building a temple for *Gudo*, the lord built it for Daigu and studied Zen with him.

Vị lãnh chúa ngu ngốc

Hai vị thiền sư *Daigu*[1] và *Gudo*[2] cùng được mời đến gặp một lãnh chúa. Đến nơi, ngài *Gudo* nói với lãnh chúa: "Ngài có tư chất thông minh và năng khiếu bẩm sinh để học thiền."

Ngài *Daigu* nói: "Vô lý! Sao ngài lại ve vuốt gã ngốc này? Gã ta có thể là một lãnh chúa, nhưng gã chẳng biết gì về thiền cả!"

Thế là, thay vì xây dựng một ngôi chùa cho ngài *Gudo*, vị lãnh chúa đã xây cho ngài *Daigu* và theo học thiền với ngài.

Viết sau khi dịch

Hai vị thiền sư tiếp cận bằng hai cách khác nhau, thật ra cũng chẳng ai hơn ai, đều là tuyệt chiêu cả! Vấn đề ở đây là sự phù hợp về căn cơ, cũng như có người thích ăn ngọt, người khác lại ưa món mặn!

---

[1] Tức thiền sư Daigu Sochiku, thuộc tông Lâm Tế của Nhật, sống vào khoảng thế kỷ 16 - 17.

[2] Tức thiền sư *Gudo Toshoku* (1579 - 1661). Xem lại chuyện Hạt ngọc trong bùn.

73. Ten Successors

Zen pupils take a vow that even if they are killed by their teacher, they intend to learn Zen. Usually they cut a finger and seal their resolution with blood. In time the vow has become a mere formality, and for this reason the pupil who died by the hand of *Ekido* was made to appear a martyr.

Ekido had become a severe teacher. His pupils feared him. One of them on duty, striking the gong to tell the time of day, missed his beats when his eye was attracted by a beautiful girl passing the temple gate.

At that moment *Ekido*, who was directly behind him, hit him with a stick and the shock happened to kill him.

The pupil's guardian, hearing of the accident went directly to *Ekido*. Knowing that he was not to blame, he praised the master for his severe teaching. *Ekido*'s attitude was just the same as if the pupil were still alive.

After this took place, he was able to produce under his guidance more than ten enlightened successors, a very unusual number.

Mười người nối pháp

Các thiền sinh phát nguyện rằng dù có bị giết chết dưới tay thầy họ cũng vẫn quyết lòng học thiền. Thường thì họ cắt vào ngón tay để lấy máu làm chứng cho lời thề nguyện của mình. Lâu dần, sự thề nguyện như thế chỉ còn là hình thức suông mà thôi. Vì thế, việc một người đệ tử chết dưới tay thiền sư *Ekido*[1] có thể xem như trường hợp tử vì đạo.

Thiền sư *Ekido* là một vị thầy nghiêm khắc. Các đệ tử đều

---

[1] Tức thiền sư Morotake *Ekido,* sinh năm 1805 và mất năm 1879, thuộc tông Tào Động của Nhật.

sợ ngài. Có một đệ tử đang làm phận sự đánh cồng để báo giờ trong ngày đã bỏ lỡ công việc khi dán mắt theo một cô gái đẹp đi ngang qua cổng chùa.

Ngay lúc đó, thiền sư *Ekido* đang đứng ngay phía sau anh ta, liền quất cho anh ta một gậy. Thật không may, vì quá kinh sợ nên anh ta ngã lăn ra chết.

Người giám hộ của đệ tử này hay tin tai nạn xảy ra liền trực tiếp đến gặp ngài *Ekido*. Biết thiền sư không có lỗi trong việc này, ông ca ngợi ngài về sự giáo hóa nghiêm khắc. Ngài *Ekido* thì vẫn hành xử không có gì thay đổi, như thể người đệ tử kia vẫn còn sống.

Sau khi chuyện này xảy ra, trong số đệ tử mà thiền sư *Ekido* dẫn dắt có đến hơn mười người chứng ngộ và kế tục giáo pháp của ngài. Quả là một con số hết sức phi thường!

Viết sau khi dịch

Người xả thân cầu đạo sao có thể để cho sắc dục lôi cuốn? Đó là vì bốn chữ "xả thân cầu đạo" đã không còn giữ được nguyên vẹn ý nghĩa của nó. Để khôi phục ý nghĩa này, một cơn sấm sét tất nhiên là cần thiết. Người đệ tử chết dưới tay thầy Ekido không phải là người duy nhất đáng chết, nhưng cái chết của anh ta là một sự hy sinh để cứu sống những người còn lại: những người đang chết ngay trong khi còn sống! Cho nên gọi là "tử vì đạo" cũng không phải là không có lý!

74. True Reformation

Ryokan devoted his life to the study of Zen. One day he heard that his nephew, despite the admonitions of relatives, was spending his money on a courtesan. Inasmuch as the nephew had taken Ryokan's place in managing the family estate and the property was in danger of being dissipated, the relatives asked Ryokan to do something about it.

Ryokan had to travel a long way to visit his nephew, whom he had not seen for many years. The nephew seemed pleased to meet his uncle again and invited him to remain overnight.

All night Ryokan sat in meditation. As he was departing in the morning he said to the young man: "I must be getting old, my hand shakes so. Will you help me tie the string of my straw sandal?"

The nephew helped him willingly. "'Thank you," finished Ryokan, "you see, a man becomes older and feebler day by day. Take good care of yourself." Then Ryokan left, never mentioning a word about the courtesan or the complaints of the relatives. But, from that morning on, the dissipations of the nephew ended.

Chuyển hóa

Thiền sư *Ryokan*[1] đã hiến trọn đời mình cho việc tu thiền. Một hôm, ngài nghe tin đứa cháu trai của mình đã bất chấp mọi lời khuyên giải của họ hàng thân tộc, đang tiêu phí tiền bạc với một cô kỹ nữ. Vì đứa cháu trai này là người thay thế cương vị của ngài *Ryokan* trong gia tộc để quản lý tài sản gia đình, và số tài sản này đang có nguy cơ tiêu tan hết nên những người trong gia tộc liền đề nghị ngài *Ryokan* phải làm điều gì đó để cứu vãn.

Ngài *Ryokan* vượt qua một đoạn đường xa để đến thăm đứa cháu. Đã nhiều năm rồi hai người không gặp nhau. Người cháu tỏ ra vui mừng được gặp lại chú và mời ngài nghỉ lại qua đêm.

---

[1] Tức thiền sư Daigu Ryokan, sinh năm 1758 và mất năm 1831, thuộc tông Lâm Tế của Nhật.

Thiền sư ngồi thiền suốt cả đêm. Sáng hôm sau, khi sắp chia tay ngài nói với chàng trai trẻ: "Ta hẳn đã già lắm rồi nên đôi tay run rẩy quá. Cháu có thể giúp ta buộc lại dây giày được không?"

Người cháu vui vẻ giúp ngài buộc dây giày. Xong, ngài *Ryokan* nói: "Cảm ơn cháu. Cháu thấy không, mỗi ngày trôi qua tất cả chúng ta đều trở nên già yếu hơn. Cháu hãy cố mà chăm sóc tốt cho bản thân mình."

Rồi ngài ra đi, không nói gì đến chuyện người kỹ nữ cũng như những lời phàn nàn của mọi người trong gia tộc. Nhưng kể từ buổi sáng hôm đó, người cháu trai chấm dứt sự hoang phí.

Viết sau khi dịch

Sự diễn đạt không cần lời là sự diễn đạt sâu xa nhất, ý nghĩa nhất. Một cử chỉ yêu thương chân thật nói lên được nhiều hơn so với mọi sự diễn đạt bằng ngôn từ. Bởi vì sự diễn đạt không bằng lời là sự gợi mở tâm thức đối phương, khiến họ phải suy xét dựa trên những nền tảng quan điểm và nhận thức của chính họ, và điều đó dẫn đến một sự chuyển hóa sâu xa, toàn diện mà không tạo ra bất kỳ một sự đề kháng nào.

Trong hầu hết mọi trường hợp, điều chúng ta muốn khuyên người khác thường là những điều họ đã biết, thậm chí biết quá nhiều. Cho nên, vấn đề không phải là lặp lại những gì người ấy đã biết, mà phải làm thế nào để chính họ chịu suy nghĩ về điều đó. Ngài Ryokan đã làm như thế. Và ngài đã thành công.

75. Temper

A Zen student came to *Bankei* and complained: "Master, I have an ungovernable temper. How can I cure it?"

"You have something very strange," replied *Bankei*. "Let me see what you have."

"Just now I cannot show it to you," replied the other.

"When can you show it to me?" asked *Bankei*.

"It arises unexpectedly," replied the student.

"Then," concluded *Bankei*, "it must not be your own true nature. If it were, you could show it to me at any time. When you were born you did not have it, and your parents did not give it to you. Think that over."

Cơn giận

Một thiền sinh đến gặp ngài *Bankei*[1] và than phiền: "Bạch thầy, tánh nóng giận của con không sao kiềm chế được. Con có thể làm gì để đối trị?"

Thiền sư *Bankei* đáp: "Điều con nói đó thật lạ lùng! Hãy cho ta xem nào."

Thiền sinh nói: "Nhưng ngay bây giờ con không thể chỉ cho thầy xem được."

Thiền sư hỏi: "Thế đến lúc nào thì con có thể cho ta xem?"

Người thiền sinh trả lời: "Bạch thầy, nó nổi lên không sao biết trước được."

Thiền sư *Bankei* kết luận: "Thế thì nó chắc chắn không phải là bản chất thực sự của con. Nếu là bản chất của con thì con sẽ có thể cho ta xem bất cứ lúc nào. Khi con sinh ra không có nó, và cha mẹ cũng chẳng trao nó cho con. Hãy nghĩ kỹ về điều đó."

---

[1] Tức thiền sư *Bankei* Eitaku. Xem chuyện Người biết vâng lời.

Viết sau khi dịch

Khi sinh ra không có nó, vậy nó phải là một cái gì tập nhiễm về sau. Không chỉ là tánh khí nóng giận, mà tất cả những thói quen, tập quán, cho đến quan điểm, nhận thức của mỗi chúng ta đều là như vậy. Cho nên thiền dạy buông xả tất cả để trở về cái bản lai diện mục của mỗi người. Đã thấy được bản lai diện mục thì biết tìm cơn nóng giận đó ở đâu?

76. The Stone Mind

Hogen, a Chinese Zen teacher, lived alone in a small temple in the country. One day four traveling monks appeared and asked if they might make a fire in his yard to warm themselves.

While they were building the fire, Hogen heard them arguing about subjectivity and objectivity. He joined them and said: "There is a big stone. Do you consider it to be inside or outside your mind?"

One of the monks replied: "From the Buddhist viewpoint everything is an objectification of mind, so I would say that the stone is inside my mind."

'Your head must feel very heavy," observed Hogen, "if you are carrying around a stone like that in your mind."

Tảng đá trong tâm

Thiền sư Pháp Nhãn[1] (Trung Hoa) sống trong một ngôi chùa nhỏ miền quê. Một hôm có 4 vị tăng du phương ghé chùa và xin đốt lửa trước sân để sưởi ấm.

---

[1] Tức thiền sư Pháp Nhãn Văn Ích của Trung Hoa, sinh năm 885 và mất năm 998, là khai tổ của tông Pháp Nhãn, có để lại bộ Pháp Nhãn Văn Ích Thiền sư ngữ lục.

Trong khi nhóm lửa, họ bàn cãi nhau về chủ thể và khách thể. Ngài liền đến hỏi: "Có một tảng đá lớn, các ông xem nó là trong tâm hay ngoài tâm?"

Một người trong bọn đáp: "Theo cách nhìn của đạo Phật thì mọi vật đều là sự khách thể hóa của tâm, nên tôi cho rằng tảng đá đó ở trong tâm tôi."

Ngài Pháp Nhãn nhận xét: "Hẳn ông phải thấy nặng nề lắm nếu lúc nào cũng mang một tảng đá như thế trong tâm."

Viết sau khi dịch

Bảo rằng tất cả do tâm tạo cũng không phải sai, nhưng nếu đem tâm chấp giữ lấy vật thì dù mảy lông cũng đã nặng lắm rồi, nói gì đến một tảng đá!

77. No Attachment to Dust

Zengetsu, a Chinese master of the Tang dynasty, wrote the following advice for his pupils:
- Living in the world yet not forming attachments to the dust of the world is the way of a true Zen student.
- When witnessing the good action of another encourage yourself to follow his example. Hearing of the mistaken action of another, advise yourself not to emulate it.
- Even though alone in a dark room, be as if you were facing a noble guest.
- Express your feelings, but become no more expressive than your true nature.
- Poverty is your treasure. Never exchange it for an easy life.
- A person may appear a fool and yet not be one. He may only be guarding his wisdom carefully.

- Virtues are the fruit of self-discipline and do not drop from heaven of themselves as does rain or snow.
- Modesty is the foundation of all virtues. Let your neighbors discover you before you make yourself known to them.
- A noble heart never forces itself forward. Its words are as rare gems, seldom displayed and of great value.
- To a sincere student, every day is a fortunate day. Time passes but he never lags behind. Neither glory nor shame can move him.
- Censure yourself, never another.
- Do not discuss right and wrong. Some things, though right, were considered wrong for generations. Since the value of righteousness may be recognized after centuries, there is no need to crave an immediate appreciation.
- Live with cause and leave results to the great law of the universe. Pass each day in peaceful contemplation.

Không vướng bụi trần

Thiền sư Thiền Nguyệt,[1] sống vào đời Đường, đã viết ra những lời khuyên sau đây cho các đệ tử của ngài:

- Sống giữa thế gian nhưng không để vướng mắc bụi trần mới là một thiền sinh chân chính.
- Khi thấy người khác làm điều tốt, hãy tự khuyến khích mình noi gương; nghe biết lỗi lầm của người khác, hãy tự nhắc nhở mình chớ nên làm theo.
- Dù ở một mình trong phòng tối, hãy giữ mình như đang tiếp khách quý.

---

[1] Tức thiền sư Thiền Nguyệt Quán Hưu, sinh năm 832, mất năm 912, tức khoảng cuối đời nhà Đường. Ngài có để lại Thiền Nguyệt tập gồm 30 quyển và Toàn Đường thi gồm 12 quyển, được người sau xem là những áng thơ hay chất chứa đầy thiền vị.

- Bày tỏ cảm xúc, nhưng không vượt quá bản chất tự nhiên của mình.
- Sự nghèo khó là tài sản quý giá, đừng bao giờ đổi nó để lấy một cuộc sống dễ dàng.
- Một người có thể tỏ ra ngốc nghếch nhưng không phải vậy. Có thể người ấy chỉ đang giữ gìn cẩn thận sự khôn ngoan của mình.
- Đức hạnh là thành quả của sự nghiêm trì giới luật chứ không phải tự nhiên từ trên trời rơi xuống như mưa hay tuyết.
- Khiêm hạ là nền tảng của tất cả đức hạnh. Hãy để những người chung quanh tự họ nhận biết được ta trước khi ta tự mình phô bày.
- Một tâm hồn cao quý không bao giờ tự đề cao mình. Mỗi lời nói xuất phát từ tâm hồn đó đều là châu ngọc quý hiếm, không mấy khi biểu lộ và luôn có giá trị lớn lao.
- Với một thiền sinh chân thật thì mỗi ngày đều là một ngày may mắn. Thời gian trôi qua nhưng người ấy không bao giờ tụt lại phía sau. Những sự vinh nhục đều không thể làm cho người ấy động lòng.
- Hãy tự trách mình, đừng bao giờ chê trách người khác.
- Đừng bàn luận những việc đúng sai. Có những điều dù đúng nhưng vẫn bị xem là sai trong nhiều thế hệ. Vì giá trị của sự thật có thể được nhận biết sau nhiều thế kỷ nên không cần thiết phải đòi hỏi một sự chấp nhận ngay tức khắc.
- Hãy sống hết lòng với việc gieo nhân và để mặc kết quả tự nhiên diễn ra theo quy luật chung. Hãy để mỗi ngày đều trôi qua trong sự suy ngẫm thật bình lặng.

Gõ cửa thiền

Viết sau khi dịch

Mỗi điều nêu trên đều có thể là một bài học suốt đời, mà cũng là sự biểu lộ hoàn toàn tự nhiên của một nếp sống thiền. Vì thế, thật khó mà nói được thiền sư đang dạy dỗ các môn đồ hay đang mô tả chính những kinh nghiệm sống của mình.

78. Real Prosperity

A rich man asked *Sengai* to write something for the continued prosperity of his family so that it might be treasured from generation to generation.

Sengai obtained a large sheet of paper and wrote: "Father dies, son dies, grandson dies."

The rich man became angry. "I asked you to write something for the happiness of my family. Why do you make such a joke as this?"

"No joke is intended," explained *Sengai*. "If before you yourself die your son should die, this would grieve you greatly. If your grandson should pass away before your son, both of you would be broken-hearted. If your family, generation after generation, passes away in the order I have named, it will be the natural course of life. I call this real prosperity."

Thịnh vượng

Một người giàu có đến nhờ thiền sư *Sengai*[1] viết cho một câu về sự thịnh vượng dài lâu của gia đình để làm vật gia bảo truyền lại qua nhiều đời sau.

---

[1] Tức thiền sư *Sengai* Gibon, sinh năm 1600 và mất năm 1868.

Ngài *Sengai* lấy một tờ giấy lớn và viết lên đó: "Cha chết, con chết, cháu chết."

Người kia nổi giận: "Tôi nhờ ngài viết cho một câu để gia đình tôi được hạnh phúc. Sao ngài lại đùa cợt như thế!"

Thiền sư *Sengai* giải thích: "Không có gì là đùa cợt cả! Nếu con trai ông chết trước ông, ông sẽ hết sức đau khổ. Nếu cháu nội ông chết trước con trai ông, cả ông và con ông sẽ vô cùng đau đớn. Nếu trong gia đình ông, từ đời này sang đời khác cứ tuần tự chết đi theo đúng với trình tự mà ta vừa nêu ra, đó sẽ là một diễn tiến tự nhiên của đời sống. Ta cho rằng như thế mới thật là thịnh vượng."

Viết sau khi dịch

Người đời ai cũng phải chết, nhưng không ai muốn nói đến cái chết, càng không ai chịu nghĩ đến việc nên chết như thế nào. Nếu biết dành trọn đời sống để chuẩn bị cho cái chết thì cái chết đó sẽ tốt đẹp biết bao!

79. Incense Burner

A woman of Nagasaki named *Kame* was one of the few makers of incense burners in Japan. Such a burner is a work of art to be used only in a tearoom or before a family shrine.

Kame, whose father before her had been such an artist, was fond of drinking. She also smoked and associated with men most of the time. Whenever she made a little money she gave a feast inviting artists, poets, carpenters, workers, men of many vocations and avocations. In their association she evolved her designs.

Kame was exceedingly slow in creating, but when her work was finished it was always a masterpiece. Her burners were treasured in homes whose womenfolk never drank, smoked, or associated freely with men.

The mayor of Nagasaki once requested to design an incense burner for him. She delayed doing so until almost half a year had passed. At that time the mayor, who had been promoted to office in a distant city, visited her. He urged *Kame* to begin work on his burner.

At last receiving the inspiration, *Kame* made the incense burner. After it was completed she placed it upon a table. She looked at it long and carefully. She smoked and drank before it as if it were her own company. All day she observed it.

At last, picking up a hammer, *Kame* smashed it to bits. She saw it was not the perfect creation her mind demanded.

Lư hương

Bà *Kame* ở *Nagasaki*[1] là một trong số rất ít người sáng tạo lư hương ở Nhật. Mỗi một lư hương do họ làm ra đều là một tác phẩm nghệ thuật chỉ được dùng trong trà thất hay trước bàn thờ trong gia đình.

Cha bà trước đây cũng là một nghệ sĩ sáng tạo lư hương. Bà thích uống rượu, hút thuốc lá và hầu như lúc nào cũng có quan hệ với đàn ông. Mỗi khi kiếm được ít tiền, bà mở tiệc và mời đến các họa sĩ, thi sĩ, những người thợ mộc, công nhân, những người thuộc đủ mọi nghề nghiệp, chính cũng như phụ. Với sự tham gia góp ý của họ, bà phát triển dần dần các ý tưởng sáng tạo của mình.

Bà *Kame* sáng tạo một cách hết sức chậm chạp, nhưng mỗi một tác phẩm của bà khi hoàn thành đều là kiệt tác. Những lư hương của bà luôn được giữ gìn như báu vật trong những gia đình mà phụ nữ không bao giờ uống rượu, hút thuốc lá hay quan hệ dễ dãi với đàn ông!

---

[1] Nagasaki là một thành phố nằm trên đảo Kyushu thuộc miền tây nước Nhật.

Có lần, ông thị trưởng *Nagasaki* nhờ bà sáng tạo một lư hương riêng cho ông ta. Bà đã trì hoãn việc này đến gần một năm rưỡi. Khi ấy, ông thị trưởng được thăng chức đến nhận việc ở một thành phố xa, liền đến thăm và hối thúc bà hãy bắt đầu việc sáng tạo lư hương cho ông.

Cuối cùng cũng có được nguồn cảm hứng, bà *Kame* liền bắt đầu làm lư hương. Sau khi hoàn tất, bà đặt tác phẩm mới lên một cái bàn, rồi cẩn thận quan sát nó thật lâu. Bà hút thuốc và uống rượu trước cái lư hương, như thể đó là một người bạn thân của bà. Bà quan sát nó suốt ngày!

Sau cùng, *Kame* lấy một cái búa và đập nát cái lư hương. Bà thấy đây không phải là tác phẩm sáng tạo hoàn hảo như bà mong muốn!

Viết sau khi dịch

Hoa sen tinh khiết được dùng để dâng cúng nơi điện thờ và chưng bày chỉ những nơi tôn quý, nhưng lại được sinh ra từ những chốn bùn lầy hôi hám! Cũng vậy, các tác phẩm nghệ thuật đích thực không thể không sản sinh từ đáy cùng xã hội, nơi những con người luôn vất vả mưu sinh và bộc lộ bản chất thực sự của họ một cách không che đậy. Và ngay cả chân lý của đời sống cũng không thể đạt đến nếu tách rời với đời sống ở những trạng thái đích thực như nó vốn có. Vì thế, kinh Phật có dạy "phiền não tức Bồ-đề" và "Phật pháp bất ly thế gian". Nếu hiểu được điều này thì có thể an nhiên tự tại trong mọi hoàn cảnh của cuộc đời mà không còn vướng bận!

80. The Real Miracle

When *Bankei* was preaching at Ryumon temple, a Shinshu priest, who believed in salvation through the repetition of the name of the Buddha of Love, was jealous of his large audience and wanted to debate with him.

Bankei was in the midst of a talk when the priest appeared, but the fellow made such a disturbance that *Bankei* stopped his discourse and asked about the noise.

"The founder of our sect," boasted the priest, "had such miraculous powers that he held a brush in his hand on one bank of the river, his attendant held up a paper on the other bank, and the teacher wrote the holy name of Amida through the air. Can you do such a wonderful thing?"

Bankei replied lightly: "Perhaps your fox can perform that trick, but that is not the manner of Zen. My miracle is that when I feel hungry I eat, and when I feel thirsty I drink."

Phép mầu

Khi thiền sư *Bankei* đang giáo hóa ở chùa Ryumon, có một vị tăng thuộc phái Shinshu[1] vốn tin vào sự giải thoát nhờ được tiếp dẫn qua việc niệm danh hiệu đức Phật A-di-đà, vì sinh lòng ganh ghét với số thính chúng quá đông của ngài nên muốn tìm đến để tranh biện.

Khi vị tăng này đến thì ngài *Bankei* đang thuyết giảng, nhưng ông ta gây náo động trong thính chúng đến nỗi ngài phải ngưng buổi giảng và tìm hiểu về sự huyên náo.

Ông tăng mới đến huyênh hoang to tiếng: "Người sáng lập tông phái của chúng tôi có sức thần thông mầu nhiệm đến mức có thể cầm một cây bút đứng ở bên này sông và viết danh hiệu đức Phật A-di-đà lên một tờ giấy được các đệ tử của ngài căng ra bên kia sông, xuyên qua không khí. Ông có thể làm được điều mầu nhiệm như thế không?"

---

[1] Tức Chân tông hay Tịnh độ Chân tông, một tông phái được thành lập từ Tịnh độ tông, do ngài Shinran (Thân Loan - 親鸞) sáng lập. Shinran sinh năm 1173 và mất năm 1262, có để lại khá nhiều trước tác bằng tiếng Nhật.

Ngài *Bankei* nhẹ nhàng đáp lại: "Trò xảo thuật của loài chồn cáo đó có thể làm được, nhưng như thế không phải là phong cách của thiền. Phép mầu của ta là khi đói thì ăn, khi khát thì uống."

Viết sau khi dịch

Phép mầu vi diệu nhất là bước đi vững vàng trên mặt đất! Bởi vì chỉ ngay trên mặt đất này mà chúng ta có thể nhận biết và hiểu thấu được mọi sự nhiệm mầu của đời sống. Những ai chạy theo sự "phi thường" sẽ chỉ chuốc lấy những kết quả "bất thường", bởi vì chính ngay trong những sự việc bình thường nhất mà sự giải thoát được đạt đến. Dù có thực hiện được vô số phép mầu nhưng không thoát khỏi vòng sinh tử thì có khác chi chút khoái cảm vô bổ khi ngồi xem một đoạn phim với những kỹ xảo điện ảnh! Không chút lợi ích thực sự nào cho một đời sống giải thoát cả!

81. Just Go To Sleep

Gasan was sitting at the bedside of *Tekisui* three days before his teacher's passing. *Tekisui* had already chosen him as his successor.

A temple recently had burned and *Gasan* was busy rebuilding the structure. *Tekisui* asked him: "What are you going to do when you get the temple rebuilt?"

"When your sickness is over we want you to speak there," said *Gasan*.

"Suppose I do not live until then?"

"Then we will get someone else," replied *Gasan*.

"Suppose you cannot find anyone?" continued *Tekisui*.

Gasan answered loudly: "Don't ask such foolish questions. Just go to sleep."

Ngủ đi thôi!

Ngài *Gasan* đến thăm và ngồi cạnh giường bệnh của thầy ngài là thiền sư *Tekisui* 3 ngày trước khi vị này viên tịch. Thiền sư *Tekisui* đã chọn ngài làm người nối pháp.

Trước đó có một ngôi chùa vừa bị hỏa hoạn và ngài *Gasan* đang bận rộn với công việc xây dựng lại. Thiền sư *Tekisui* hỏi ngài: "Con định làm gì khi chùa xây lại xong?"

Ngài *Gasan* đáp: "Khi thầy khỏi bệnh, chúng con muốn thầy nói chuyện ở đó."

"Nếu như ta không sống được đến lúc đó thì sao?"

Gasan đáp: "Thì chúng con sẽ mời một người khác."

Thiền sư *Tekisui* tiếp tục hỏi: "Nếu như các con không thể tìm được ai cả thì sao?"

Ngài *Gasan* lớn tiếng đáp: "Đừng hỏi những câu ngốc nghếch như thế nữa. Ngủ đi thôi!"

Viết sau khi dịch

Tất cả chúng ta đều quay cuồng mỗi ngày trong những câu hỏi ngốc nghếch! Điều thú vị là, việc tốt nhất ta có thể làm khi nhận ra được cái ngốc nghếch của chính mình lại chỉ đơn giản là hãy "ngủ đi thôi"! Cái ngốc nghếch của vị thiền sư thật có khác thường, rất dễ thương và rất khó nhận ra, nhưng dù sao cũng vẫn là ngốc nghếch! Chỉ một thiền sư mới có thể nhận ra được cái ngốc nghếch của một thiền sư khác, và ngài *Gasan* đã không uổng phụ công ơn dạy dỗ của thầy!

82. Nothing Exists

Yamaoka Tesshu, as a young student of Zen visited one master after another. He called upon Dokuon of Shokoku.

Desiring to show his attainment, he said: "The mind, Buddha, and sentient beings, after all do not exist. The true nature of phenomena is emptiness. There is no realization, no delusion, no sage, no mediocrity. There is no giving and nothing to be received."

Dokuon, who was smoking quietly, said nothing. Suddenly he whacked *Yamaoka* with his bamboo pipe. This made the youth quite angry.

"If nothing exists," inquired Dokuon, "where did this anger come from?"

Vô nhất vật

Khi ngài *Yamaoka Tesshu* còn là một thiền sinh trẻ, ngài liên tục tham vấn hết bậc thầy này đến bậc thầy khác. Có lần ngài đến gặp thiền sư *Dokuon* ở chùa *Shokoku*.

Muốn bày tỏ chỗ chứng ngộ của mình, ngài nói: "Tâm này với Phật và tất cả chúng sinh rốt cùng đều không hiện hữu. Thật tánh của mọi hiện tượng đều là không. Không có chứng ngộ, không có mê lầm, không thánh, không phàm. Không có gì cho và không có gì để nhận."

Thiền sư *Dokuon* đang ngồi lặng lẽ hút thuốc, chẳng nói gì cả. Rồi bất ngờ thiền sư dùng cái điếu tre đánh vào anh thanh niên *Yamaoka* một cái thật mạnh, làm anh này nổi giận.

Thiền sư chất vấn: "Nếu không có gì hiện hữu, vậy cơn giận của anh từ đâu đến?"

Viết sau khi dịch

Tánh không là một cái bẫy lớn mà những kẻ học đạo giàu nhiệt huyết rất dễ rơi vào, bởi vì đó là một thực tại rốt ráo để thực chứng chứ không thuộc phạm trù nghiên cứu, lý luận và giảng giải. Điều này cũng dễ hiểu, vì nếu mọi thứ đã thực sự là không thì còn dựa vào đâu mà nghiên cứu, lý luận hay giảng giải?

83. No Work, No Food

Hyakujo, the Chinese Zen master, used to labor with his pupils even at the age of eighty, trimming the gardens, cleaning the grounds, and pruning the trees.

The pupils felt sorry to see the old teacher working so hard, but they knew he would not listen to their advice to stop, so they hid away his tools.

That day the master did not eat. The next day he did not eat, nor the next. "He may be angry because we have hidden his tools," the pupils surmised. "We had better put them back."

The day they did, the teacher worked and ate the same as before. In the evening he instructed them: "No work, no food."

Bất tác bất thực

Thiền sư Bách Trượng[1] của Trung Hoa thường cùng với các đệ tử của mình làm mọi công việc như làm cỏ, quét sân hay tỉa cây... cho dù ngài đã đến tuổi 80.

Các đệ tử đều lấy làm xót xa khi thấy vị thầy già nua phải làm việc quá nhọc nhằn, nhưng họ biết rằng ngài sẽ không chịu nghe theo lời họ mà nghỉ ngơi. Vì thế, họ mang giấu hết những dụng cụ làm việc của ngài.

---

[1] Tức thiền sư Bách Trượng Hoài Hải (百丈懷海), sinh năm 720 và mất năm 814. Ngài là người có công lớn trong việc củng cố nề nếp sinh hoạt chốn thiền môn. Ngài còn để lại bộ Bách Trượng thanh quy rất phổ biến ở hầu hết các thiền viện.

Ngày ấy, vị lão sư không ăn gì. Ngày tiếp đó, ngài cũng không ăn. Và ngày sau nữa cũng vậy. Các đệ tử suy đoán: "Có lẽ thầy giận vì chúng ta đã giấu đi những dụng cụ làm việc. Tốt hơn là ta nên trả chúng lại chỗ cũ."

Ngay hôm họ mang trả dụng cụ, vị thầy của họ lại làm việc và ăn uống bình thường như trước. Tối hôm đó, ngài dạy: "*Ngày nào không làm, ngày đó không ăn.*"[1]

Viết sau khi dịch

Tinh thần nghiêm cẩn của ngài Bách Trượng cho đến nay vẫn còn được trân trọng noi theo trong khắp chốn thiền môn. Người hành thiền tuy không xem trọng những gì thuộc về hình tướng vì biết đó đều là giả tạo, nhưng không phải vì vậy mà trở nên buông thả, dễ dãi đối với mọi sinh hoạt của thân tứ đại này. Đức Phật chế định giới luật là để thúc liễm cả thân và tâm, nên các vị Tổ sư luôn nghiêm khắc với chính bản thân mình cũng là điều dễ hiểu.

84. True Friends

A long time ago in China there were two friends, one who played the harp skillfully and one who listened skillfully.

When the one played or sang about a mountain, the other would say: "I can see the mountain before us."

When the one played about water, the listener would exclaim: "Here is the running stream!"

But the listener fell sick and died. The first friend cut the strings of his harp and never played again. Since that time the cutting of harp strings has always been a sign of intimate friendship.

---

[1] Nguyên văn chữ Hán: "一日不作一日不食。- Nhất nhật bất tác, nhất nhật bất thực."

Tri kỷ

Ngày xưa, ở Trung Hoa có hai người bạn, một người rất giỏi chơi đàn và một người rất giỏi nghe đàn.

Khi người đàn giỏi gẩy đàn hay ca lên một khúc nhạc về núi non, người kia liền nói: "Tôi hình dung được ngọn núi ấy trước mắt chúng ta."

Và khi người ấy diễn đạt về suối nước, người kia liền kêu lên: "Kìa là dòng nước đang tuôn chảy!"

Nhưng rồi người giỏi nghe đàn mắc bệnh qua đời. Người bạn kia liền cắt đứt dây đàn và không bao giờ chơi đàn nữa!

Từ đó, việc cắt đứt dây đàn luôn được xem là biểu hiện của (sự chấm dứt) một tình bạn thân thiết.

Viết sau khi dịch

Đồng thanh tương ứng, đồng khí tương cầu! Câu chuyện cảm động về tình bạn tri âm tri kỷ giữa Bá Nha với Tử Kỳ là một trong những câu chuyện mà hầu hết người Á Đông đều biết. Nhưng điểm nổi bật nhất trong tình bạn của họ lại cũng không có gì đặc biệt ngoài hai chữ "hiểu nhau". Khi người ta chơi đàn, họ cần có người biết nghe! Dù chỉ đàn cho một người biết nghe cũng đã là quá đủ, nhưng nếu có cả trăm người nghe mà rơi vào cảnh "đàn gẩy tai trâu" thì cũng không một nghệ sĩ nào có thể tìm được cảm hứng!

Ngày xưa đức Thế Tôn đưa lên cành hoa chỉ có một mình ngài Ca-diếp nhận biết, nhưng từ đó cốt tủy của thiền đã được truyền mãi về sau không đứt đoạn. Vì thế, pháp hội Linh Sơn chỉ có một Ca-diếp đã là quá đủ, nhưng giá như không có ngài thì có lẽ muôn vạn thính chúng cũng vẫn là còn thiếu!

85. Time To Die

Ikkyu, the Zen master, was very clever even as a boy. His teacher had a precious teacup, a rare antique. Ikkyu happened to break this cup and was greatly perplexed. Hearing the footstep of his teacher, he held the pieces of the cup behind him. When the master appeared, Ikkyu asked: "Why do people have to die?"

"This is natural," explained the older man. "Everything has to die and has just so long to live."

Ikkyu, producing the shattered cup, added: "It was time for your cup to die."

Đến lúc phải chết

Thiền sư *Ikkyu*[1] từ nhỏ đã là một đứa trẻ rất thông minh. Thầy của ngài[2] có một tách trà rất quý, là một món đồ cổ hiếm có. *Ikkyu* lỡ tay làm vỡ cái tách và hết sức lo lắng. Nghe tiếng chân thầy từ xa, cậu bé liền giấu những mảnh vỡ của cái tách ra sau lưng. Khi thầy vừa đến, cậu bé hỏi: "Bạch thầy, tại sao người ta phải chết?"

Vị thầy già giải thích: "Điều đó là tự nhiên. Tất cả mọi vật trên đời đều chỉ sống được trong một quãng thời gian nhất định và đều phải chết."

Cậu bé *Ikkyu* liền đưa cái tách vỡ ra và tiếp lời thầy: "Vậy đã đến lúc cái tách của thầy phải chết rồi!"

---

[1] Tức thiền sư Ikkyū Sōjun. Xem lại chuyện Ý nguyện cuối cùng và di thư.

[2] Vị thầy này của ngài Ikkyu là thiền sư Keno ở chùa Kenniji.

Viết sau khi dịch

Cậu bé Ikkyu thật láu lỉnh, nhưng cái láu lỉnh đó được dựa trên một chân lý hầu như không cần bàn cãi, nên có lẽ thầy chú cũng không làm được gì khác hơn là bật cười trước trò láu lỉnh này!

86. The Living Buddha and the Tubmaker

Zen masters give personal guidance in a secluded room. No one enters while teacher and pupil are together.

Mokurai, the Zen master of Kennin temple in *Kyoto*, used to enjoy talking with merchants and newspapermen as well as with his pupils. A certain tubmaker was almost illiterate. He would ask foolish questions of *Mokurai*, have tea, then go away.

One day while the tubmaker was there *Mokurai* wished to give personal guidance to a disciple, so he ask the tubmaker to wait in another room.

"I understand you are a living Buddha," the man protested. "Even the stone Buddhas in the temple never refuse the numerous persons who come together before them. Why then should I be excluded?"

Mokurai had to go outside to see his disciple.

Ông Phật sống và người thợ đóng thùng

Các vị thiền sư đưa ra những chỉ dẫn dành cho từng thiền sinh trong một căn phòng riêng biệt. Không ai được vào đó khi vị thiền sư đang trao đổi với thiền sinh.

Vị thiền sư chùa *Kennin* ở *Kyoto* là *Mokurai* thường thích nói chuyện với các thương nhân, những người làm báo cũng như các học trò của ngài. Có một người thợ đóng thùng gỗ hầu như không biết chữ, thường đến hỏi ngài những câu ngớ ngẩn, uống trà xong rồi bỏ đi.

Một hôm, trong khi người thợ đóng thùng gỗ đang có mặt ở đó, ngài *Mokurai* muốn chỉ dẫn riêng cho một đệ tử nên bảo ông ta sang đợi ngài trong một phòng khác. Người này phản đối: "Tôi biết ngài là một vị Phật sống, nhưng ngay cả những tượng Phật đá trong chùa cũng không bao giờ từ chối việc có đông người đến lễ lạy. Vậy có lẽ nào tôi lại bị từ chối?"

Thiền sư *Mokurai* đành phải đi ra bên ngoài phòng để trao đổi với người đệ tử của ngài.

Viết sau khi dịch

Người này không biết chữ và thường nói ra những câu ngớ ngẩn. Nhưng trong cái ngớ ngẩn của ông vẫn có những điều không phải là không hợp lý. Vì thế mà thiền sư phải chấp nhận sự phản đối của ông! Nhưng suy cho cùng, chỉ dẫn cho thiền sinh trong một phòng riêng hay riêng ở ngoài phòng thì cũng có gì khác nhau đâu?

87. Three Kinds of Disciples

A Zen master named Gettan lived in the latter part of the Tokugawa era. He used to say: "There are three kinds of disciples: those who impart Zen to others, those who maintain the temples and shrines, and then there are the rice bags and the clothes-hangers."

Gasan expressed the same idea. When he was studying under *Tekisui*, his teacher was very severe. Sometimes he even beat him. Other pupils would not stand this kind of teaching and quit. *Gasan* remained, saying: "A poor disciple utilizes a teacher's influence. A fair disciple admires a teacher's kindness. A good disciple grows strong under a teacher's discipline."

Ba hạng đệ tử

Thiền sư *Gettan*[1] sống vào khoảng cuối thời đại *Tokugawa*[2] đã từng nói rằng: "Có ba hạng đệ tử: một hạng có thể trao truyền thiền học cho người khác, một hạng chỉ lo được việc gìn giữ chùa chiền, và một hạng nữa chỉ là phường giá áo túi cơm."[3]

Thiền sư *Gasan* cũng diễn đạt cùng một ý tưởng đó. Khi ngài theo học với thiền sư *Tekisui*, vị thầy này rất nghiêm khắc, thậm chí đôi khi còn đánh ngài. Nhiều thiền sinh khác không chịu được kiểu giáo huấn này và bỏ đi. Ngài *Gasan* vẫn ở lại và nói: "Một đệ tử yếu kém chỉ biết dựa vào ảnh hưởng của thầy. Một đệ tử khá hơn thích được thầy chỉ dạy theo cách hiền từ. Một đệ tử giỏi sẽ lớn lên mạnh mẽ dưới sự nghiêm khắc của thầy."

Viết sau khi dịch

Cùng một nhận thức về mối quan hệ thầy trò nhưng được diễn đạt theo hai cách khác nhau, từ hai cương vị khác nhau. Từ đó có thể hiểu rằng, một đệ tử phải lớn lên mạnh mẽ dưới sự nghiêm khắc của thầy mới có khả năng truyền bá thiền học cho người khác; một đệ tử ưa thích sự chỉ dạy hiền từ của thầy chỉ có khả năng gìn giữ chùa chiền; và những đệ tử

---

[1] Tức thiền sư Gettan Soko, sinh năm 1326 và mất năm 1389, thuộc tông Lâm Tế của Nhật.
[2] Thời đại Tokugawa: từ năm 1603 đến năm 1867. Xem lại chuyện Lời khuyên của mẹ.
[3] Phường giá áo túi cơm: thành ngữ chỉ chung những kẻ vô dụng, chẳng làm được gì có ích, nên thân thể họ chẳng khác nào cái giá để treo áo, cái túi để đựng cơm!

hoàn toàn phụ thuộc vào ảnh hưởng của thầy ắt chỉ là những phường giá áo túi cơm mà thôi!

88. How To Write a Chinese Poem

A well-known Japanese poet was asked how to compose a Chinese poem.

"The usual Chinese poem is four lines," he explained. "The first line contains the initial phase; the second line, the continuation of that phase; the third line turns from this subject and begins a new one; and the fourth line brings the first three lines together. A popular Japanese song illustrates this:

Two daughters of a silk merchant live in **Kyoto**.
The elder is twenty, the younger, eighteen.
A soldier may kill with his sword,
But these girls slay men with their eyes."

Làm thơ

Một nhà thơ nổi tiếng của Nhật được hỏi về cách làm một bài thơ chữ Hán.

Ông giải thích: "Một bài thơ chữ Hán thường có 4 câu. Câu thứ nhất nêu ý khởi đầu, câu thứ hai tiếp tục ý câu thứ nhất, câu thứ ba chuyển từ chủ đề này sang bắt đầu một chủ đề khác, và câu thứ tư liên kết cả ba câu đầu lại với nhau.

"Có một khúc dân ca Nhật minh họa được cho điều này như sau:

Hai cô gái con một người buôn lụa sống ở Kyoto,
Cô chị được đôi mươi, cô em vừa mười tám.

Một chiến binh có thể giết kẻ thù với thanh gươm,
Nhưng những cô gái này giết chết đàn ông bằng khóe mắt."

Viết sau khi dịch

Người ta thường nói điểm chung nhất của những người làm thơ là tinh thần phóng khoáng, không chấp nhận sự gò bó, trói buộc. Nhưng họ không biết rằng việc làm thơ cũng có những quy củ nhất định của nó, không thể không tuân theo. Tuân theo mà không bị trói buộc mới là đạt đến nghệ thuật của việc làm thơ, mà đó cũng không khác mấy với chỗ đạt được của người học thiền!

89. Zen Dialogue

Zen teachers train their young pupils to express themselves. Two Zen temples each had a child protégé. One child, going to obtain vegetables each morning, would meet the other on the way.

"Where are you going?" asked the one.

"I am going wherever my feet go," the other responded.

This reply puzzled the first child who went to his teacher for help.

"Tomorrow morning," the teacher told him, "when you meet that little fellow, ask him the same question. He will give you the same answer, and then you ask him: 'Suppose you have no feet, then where are you going?' That will fix him."

The children met again the following morning.

"Where are you going?" asked the first child.

"I am going wherever the wind blows," answered the other.

This again nonplussed the youngster, who took his defeat to his teacher.

"Ask him where he is going if there is no wind," suggested the teacher.

The next day the children met a third time.

"Where are you going?" asked the first child.

"I am going to market to buy vegetables," the other replied.

Thiền cơ

Các thiền sư thường dạy dỗ cho những chú tiểu nhỏ biết cách tự mình diễn đạt. Trong hai thiền viện kia, mỗi nơi đều có một chú tiểu nhỏ được nuôi dưỡng. Một chú thường đi mua rau mỗi buổi sáng và gặp chú kia trên đường đi. Chú kia lên tiếng hỏi: "Huynh đi đâu thế?"

Chú này đáp: "Tôi đi bất cứ nơi nào bàn chân tôi đến."

Câu trả lời làm chú tiểu kia bối rối và chạy đi nhờ thầy mình giúp.

Thầy chú bảo: "Sáng mai, khi con gặp nó hãy hỏi lại cùng câu ấy. Khi nó trả lời giống như vậy thì hãy hỏi: 'Nếu như không có chân, huynh sẽ đi đâu?' Như vậy sẽ chỉnh được nó đấy."

Hai chú tiểu lại gặp nhau vào sáng hôm sau.

Chú thứ nhất hỏi: "Huynh đi đâu thế?"

Chú kia trả lời: "Tôi đi bất cứ nơi nào gió thổi."

Câu trả lời này lại một lần nữa làm chú tiểu nhỏ lúng túng, chạy về kể lại sự thất bại với thầy.

Thầy chú dặn: "Con hãy hỏi xem nó sẽ đi đâu nếu không có gió."

Hôm sau, hai chú tiểu gặp nhau lần thứ ba.

Chú thứ nhất hỏi: "Huynh đi đâu thế?"

Chú kia trả lời: "À, tôi đi chợ mua rau."

Viết sau khi dịch

Thiền cơ như ánh chớp, làm sao có thể đợi hỏi lại thầy? Mà nếu các vị thầy có thể giúp được, thì hàng đệ tử cần chi phải nỗ lực tu tập? Tuy vậy, chú tiểu sau ba lần thất bại cũng không phải là vô ích!

90. The Last Rap

Tangen had studied with *Sengai* since childhood. When he was twenty he wanted to leave his teacher and visit others for comparative study, but *Sengai* would not permit this. Every time *Tangen* suggested it, *Sengai* would give him a rap on the head.

Finally *Tangen* asked an elder brother to coax permission from *Sengai*. This the brother did and then reported to Tangen: "It is arranged. I have fixed it for you to start on your pilgrimage at once."

Tangen went to *Sengai* to thank him for his permission. The master answered by giving him another rap.

When *Tangen* related this to his elder brother the other said: "What is the matter? *Sengai* has no business giving permission and then changing his mind. I will tell him so." And off he went to see the teacher.

"I did not cancel my permission," said *Sengai*. "I just wished to give him one last smack over the head, for when he returns he will be enlightened and I will not be able to reprimand him again."

Gõ một lần cuối

Ngài *Tangen* đã theo học với thiền sư *Sengai*[1] từ nhỏ. Khi được hai mươi tuổi, ngài muốn ra đi để đến tham vấn các thiền sư khác để so sánh, nhưng thiền sư *Sengai* không cho phép. Cứ mỗi lần ngài *Tangen* đưa ra đề nghị này, *Sengai* thường gõ lên đầu ngài một cái.

Cuối cùng, ngài *Tangen* phải nhờ một vị sư huynh đến thuyết phục thầy cho phép mình ra đi. Vị sư huynh này đến gặp thầy và sau đó bảo ngài *Tangen*: "Xong rồi! Ta đã thu xếp ổn mọi chuyện và sư đệ có thể lên đường học đạo ngay lập tức."

Ngài *Tangen* liền đến gặp thầy để cảm ơn về việc đã cho phép. Vị thầy đáp lại bằng cách gõ đầu ngài cái nữa.

Khi ngài *Tangen* liền kể lại mọi việc với người sư huynh, ông này nói: "Có chuyện gì vậy? Sư phụ không có quyền cho phép rồi lại thay đổi ý kiến. Để ta đến nói với thầy như vậy." Và ông ta lập tức đến gặp thầy.

Thiền sư *Sengai* nói: "Ta đâu có thay đổi việc cho phép! Ta chỉ muốn gõ đầu hắn một lần cuối mà thôi, bởi vì khi trở lại đây hắn sẽ chứng ngộ rồi và ta không còn quở trách gì được nữa!"

Viết sau khi dịch

Có được một lời cầu chúc tốt đẹp như vậy, làm sao ngài Tangen có thể không đạt được kết quả trên đường cầu đạo? Tuy nhiên, chính vì chưa nhận hiểu nổi lời cầu chúc tốt đẹp đó nên ngài không khỏi phải lặn lội nhiều năm cầu học!

---

[1] Tức thiền sư *Sengai* Gibon (Tiên Nhai Nghĩa Phạm), sinh năm 1750 và mất năm 1837. Ngài đã từng trú trì chùa Shōfukuji, một trong các thiền viện lớn nhất ở Nhật Bản. Ngài cũng từng được Hoàng đế ban thưởng tử y (áo tía), một vinh dự rất lớn, nhưng ngài từ chối và chỉ dùng tấm áo cũ rách của mình.

91. The Taste of Banzo's Sword

Matajuro Yagyu was the son of a famous swordsman. His father, believing that his son's work was too mediocre to anticipate mastership, disowned him.

So *Matajuro* went to Mount Futara and there found the famous swordsman *Banzo*. But *Banzo* confirmed the father's judgment. "You wished to learn swordsmanship under my guidance?" asked *Banzo*. "You cannot fulfill the requirements."

"But if I work hard, how many years will it take me to become a master?" persisted the youth.

"The rest of your life," replied *Banzo*.

"I cannot wait that long," explained *Matajuro*. "I am willing to pass through any hardship if only you will teach me. If I become your devoted servant, how long might it be?"

"Oh, maybe ten years," *Banzo* relented.

"My father is getting old, and soon I must take care of him." continued *Matajuro*. "If I more intensively, how long would it take me?"

"Oh, maybe thirty years," said *Banzo*.

"Why is that?" asked *Matajuro*. "First you say ten and now thirty years. I will undergo any hardship to master this art in the shortest time."

"Well," said *Banzo*, "in that case you have to remain with me for seventy years. A man in such a hurry as you are to get results seldom learns quickly."

"Very well," declared the youth, understanding at last that he was being rebuked for impatience, "I agree."

Matajuro was told never to speak of fencing and never to touch a sword. He cooked for his master, washed the dishes, made his bed, cleaned the yard, cared for the garden, all without a word of swordsmanship.

Three years passed. Still *Matajuro* labored on. Thinking of his future, he was sad. He had not even begun to learn the art to which he had devoted his life.

But one day *Banzo* crept up behind him and gave him a terrific blow with a wooden sword.

The following day, when *Matajuro* was cooking rice, *Banzo* again sprang upon him, unexpectedly.

After that, day and night, *Matajuro* had to defend himself from unexpected thrusts. Not a moment passed in any day that he did not have to think of the taste of *Banzo*'s sword.

He learned so rapidly he brought smiles to the face of his master. *Matajuro* became the greatest swordsman in the land.

Nếm mùi lưỡi kiếm Banzo

Matajuro Yagyu là con trai của một kiếm khách trứ danh, nhưng cha anh cho rằng năng lực của anh quá tầm thường, không thể trở thành một kiếm sư lão luyện. Vì thế, ông từ chối không dạy cho con mình.

Thế là *Matajuro* tìm đến núi *Futara* và gặp được vị kiếm khách nổi danh là *Banzo*. Nhưng *Banzo* cũng khẳng định lại sự đánh giá của cha anh. Ông nói: "Con muốn học kiếm thuật với ta sao? Con không thể đáp ứng được các yêu cầu của ta."

Chàng trai trẻ vẫn khăng khăng theo hỏi: "Nhưng nếu con nỗ lực hết sức thì phải mất bao nhiêu năm mới trở thành kiếm sư?"

Banzo đáp: "Phải mất trọn phần đời còn lại của con."

Matajuro nói: "Con không thể đợi lâu như thế! Nếu thầy chấp nhận dạy con, con sẵn sàng vượt qua bất cứ khó khăn nào. Nếu con tự nguyện làm người phục dịch cho thầy thì thời gian học sẽ phải mất bao lâu?"

Banzo tỏ vẻ cảm thông hơn: "Có lẽ phải mất mười năm."

Matajuro tiếp tục: "Cha con đã già rồi, con phải sớm trở về chăm sóc ông ấy. Nếu con tích cực hơn nữa thì phải mất bao lâu?"

Banzo đáp: "Có lẽ phải đến ba mươi năm."

Matajuro thắc mắc: "Sao lạ thế? Thầy vừa nói mười năm, giờ lại nói ba mươi năm! Con sẽ vượt qua bất cứ khó khăn nào để am hiểu được kiếm thuật trong thời gian ngắn nhất!"

Banzo nói: "À, nếu thế thì con phải ở đây cùng ta trong bảy mươi năm. Một người quá nóng lòng muốn đạt được kết quả như con thì rất hiếm khi có thể học nhanh."

Chàng thanh niên quyết định: "Được rồi, con đồng ý."

Cuối cùng chàng cũng hiểu ra được rằng mình đang bị quở trách vì thiếu kiên nhẫn.

Banzo cấm *Matajuro* không bao giờ được nhắc đến kiếm thuật và cũng không bao giờ được chạm đến thanh kiếm. Chàng lo việc nấu ăn cho thầy, rửa chén bát, trải giường ngủ, quét sân, chăm sóc vườn tược... tất cả mọi việc mà không nói gì đến kiếm thuật.

Ba năm trôi qua, *Matajuro* vẫn tiếp tục công việc nặng nhọc. Nghĩ đến tương lai chàng thấy buồn. Thậm chí chàng còn chưa được bắt đầu học về môn học mà chàng đã chấp nhận hiến trọn đời mình!

Nhưng một ngày kia *Banzo* lặng lẽ xuất hiện ngay sau lưng chàng và dùng một thanh kiếm gỗ quất cho chàng một cú khủng khiếp.

Hôm sau, khi *Matajuro* đang lúi húi nấu cơm, *Banzo* lại bất ngờ quất cho anh một cú nữa.

Rồi từ đó, ngày cũng như đêm, *Matajuro* luôn phải tự bảo vệ mình trước những đòn đánh bất ngờ. Không một giây phút nào trôi qua trong ngày mà chàng không phải nghĩ đến việc nếm mùi lưỡi kiếm của *Banzo*!

Chàng học rất nhanh đến nỗi vị kiếm sư luôn nở những nụ cười hài lòng. Và chàng trở thành một tay kiếm giỏi nhất trong cả nước.

Viết sau khi dịch

Người cha hẳn không phải là không nhận biết được năng lực của con, nhưng ông biết chắc một điều là ông không thể dạy cho con trở thành kiếm sư. Vì thế, việc đẩy con trai ra khỏi vòng tay mình là một quyết định chính xác, và điều đó đã giúp khơi dậy quyết tâm trong lòng Matajuro cũng như tạo ra điều kiện cần thiết để Banzo dạy dỗ thành công chàng trai này. Tiếc thay, những sự góp sức âm thầm như thế thường được rất ít người biết đến!

92. Fire-Poker Zen

Hakuin used to tell his pupils about an old woman who had a teashop, praising her understanding of Zen. The pupils refused to believe what he told them and would go to the teashop to find out for themselves.

Whenever the woman saw them coming she could tell at once whether they had come for tea or to look into her grasp of Zen. In the former case, she would serve them graciously. In the latter, she would beckon to the pupils to come behind her screen. The instant they obeyed, she would strike them with a fire-poker.

Nine out of ten of them could not escape her beating.

Thiền đũa bếp

Thiền sư *Hakuin*[1] thường nói với các đệ tử của mình về một bà cụ có mở một quán trà, ca ngợi sự hiểu biết về thiền của bà. Nhưng các đệ tử không tin vào sự ca ngợi đó và thường đến quán trà để tự mình tìm hiểu.

Mỗi khi thấy họ đến, bà cụ đều có thể biết ngay là họ đến để uống trà hay để khảo hạch sự chứng đắc về thiền của bà. Đối với những người đến uống trà, bà thường tiếp đãi rất ân cần. Còn với những đệ tử muốn khảo hạch về thiền, bà thường ra hiệu bảo họ đến sau bức màn che. Và ngay khi họ đến, bà thường dùng đũa bếp đánh họ.

Trong mười người thì có đến chín không thoát nổi cú đánh của bà!

Viết sau khi dịch

Thế thì còn phải khảo hạch gì nữa? Chỉ riêng đôi mắt tinh tường phân biệt chính xác như vậy đã đủ cho thấy một tâm thức bén nhạy rồi; còn những cú đánh sấm sét thế kia thì làm sao nhầm được?

93. Storyteller's Zen

Encho was a famous storyteller. His tales of love stirred the hearts of his listeners. When he narrated a story of war, it was as if the listeners themselves were on the field of battle.

One day *Encho* met *Yamaoka* Tesshu, a layman who had almost embraced masterhood in Zen. "I understand," said *Yamaoka*, "you are the best storyteller in our land and that you make people cry or laugh at will. Tell me my favorite

---

[1] Tức thiền sư *Hakuin* Ekaku (Bạch Ẩn Huệ Hạc). Xem chuyện Thật thế sao.

story of the Peach Boy. When I was a little tot I used to sleep beside my mother, and she often related this legend. In the middle of the story I would fall asleep. Tell it to me just as my mother did."

Encho dared not attempt to do this. He requested time to study. Several months later he went to *Yamaoka* and said: "Please give me the opportunity to tell you the story."

"Some other day," answered *Yamaoka*.

Encho was keenly disappointed. He studied further and tried again. *Yamaoka* rejected him many times. When *Encho* would start to talk *Yamaoka* would stop him, saying: "You are not yet like my mother."

It took *Encho* five years to be able to tell *Yamaoka* the legend as his mother had told it to him.

In this way, *Yamaoka* imparted Zen to *Encho*.

Thiền kể chuyện

Encho là một người nổi tiếng về nghệ thuật kể chuyện. Những câu chuyện tình của anh làm rung động trái tim người nghe. Khi anh kể chuyện về chiến tranh, người nghe cảm thấy như chính mình đang ở giữa bãi chiến trường.

Ngày kia, *Encho* gặp *Yamaoka* Tesshu, một cư sĩ hầu như đã đạt đến trình độ lão luyện về thiền. *Yamaoka* nói: "Tôi biết anh là người kể chuyện hay nhất nước, có thể tùy ý làm cho người nghe cười hay khóc theo câu chuyện của anh. Anh hãy kể tôi nghe câu chuyện cổ tích Cậu bé Trái đào mà tôi yêu thích nhất. Khi còn bé, tôi thường ngủ bên cạnh mẹ tôi, và bà thường kể câu chuyện cổ tích này. Tôi thường thiếp ngủ đi vào giữa chừng câu chuyện. Hãy kể tôi nghe theo cách giống như mẹ tôi đã kể."

Encho không dám thử việc này. Anh xin một thời gian để nghiền ngẫm vấn đề. Mấy tháng sau, anh đến gặp *Yamaoka* và nói: "Xin cho phép tôi kể câu chuyện đó."

Nhưng *Yamaoka* trả lời: "Hãy để hôm khác."

Encho hết sức thất vọng. Anh ta tiếp tục nghiền ngẫm thêm về câu chuyện và thử một lần nữa. *Yamaoka* từ chối anh nhiều lần. Mỗi khi *Encho* sắp bắt đầu kể chuyện thì *Yamaoka* thường ngăn lại và nói: "Anh vẫn chưa được giống như mẹ tôi."

Encho phải mất đến 5 năm mới có thể kể câu chuyện cổ tích ấy giống như người mẹ *Yamaoka* đã kể trước đây.

Bằng cách này, *Yamaoka* đã truyền dạy thiền cho *Encho*.

Viết sau khi dịch

Cắm hoa, uống trà, thư pháp, thi ca, múa kiếm, bắn cung... cho đến kể chuyện, đều là những nghệ thuật mà khi đạt đến đỉnh cao sẽ hội nhập với thiền. Sở dĩ như thế là vì tính nghệ thuật của chúng vốn xuất phát từ thiền, nên lìa khỏi thiền thì những nghệ thuật này sẽ không còn sức sống, không còn là nghệ thuật.

Bằng cách đưa ra một yêu cầu khắc nghiệt và nuôi dưỡng một sự khát khao ngày càng mạnh mẽ hơn, Yamaoka đã làm thức tỉnh trong tâm thức Encho một năng lực tự nhiên để đạt đến đỉnh cao của nghệ thuật kể chuyện, và thông qua đó cũng chính là đạt đến một sự thực chứng về thiền!

94. Midnight Excursion

Many pupils were studying meditation under the Zen master *Sengai*. One of them used to arise at night, climb over the temple wall, and go to town on a pleasure jaunt.

Sengai, inspecting the dormitory quarters, found this pupil missing one night and also discovered the high stool he had used to scale the wall. *Sengai* removed the stool and stood there in its place.

When the wanderer returned, not knowing that *Sengai* was the stool, he put his feet on the master's head and jumped down into the grounds. Discovering what he had done, he was aghast.

Sengai said: "It is very chilly in the early morning. Do be careful not to catch cold yourself."

The pupil never went out at night again.

Một chuyến đi đêm

Thiền sư *Sengai* đang dạy thiền cho rất nhiều thiền sinh. Có một người trong bọn họ thường thức dậy trong đêm, trèo qua bức tường của chùa và đi xuống phố chơi.

Một đêm nọ, khi ngài *Sengai* đi xem xét các phòng ngủ liền phát hiện thiền sinh này vắng mặt. Ngài cũng tìm thấy cái ghế cao mà anh ta đã dùng để trèo qua tường. Ngài lấy cái ghế đi và đứng thay vào chỗ đó.

Khi gã chơi rông trở về, không biết là ngài *Sengai* đang thế chỗ cái ghế nên đặt chân đứng lên đầu thầy và nhảy xuống đất. Khi biết ra việc mình vừa làm, anh ta kinh hoảng!

Nhưng vị thiền sư chỉ nói: "Trời sáng sớm lạnh lắm! Con hãy cẩn thận đừng để bị cảm lạnh."

Từ đó, anh thiền sinh này chẳng bao giờ ra ngoài vào ban đêm nữa!

Viết sau khi dịch

Anh thiền sinh này có thể nói là đã rơi vào tâm trạng khiếp sợ không sao tả xiết khi bị bắt quả tang đi chơi đêm về lại còn cả gan đứng lên đầu thầy! Nhưng thiền sư đã kéo anh ra khỏi tâm trạng đó bằng một lời nhắc nhở thể hiện tình thương bao la không bờ bến! Cho nên, sự khiếp sợ trong anh đã chuyển sang thành kính phục. Và sự kính phục bao giờ cũng có năng lực chuyển hóa mạnh mẽ hơn nhiều so với sự khiếp sợ. Vì thế, điều tất nhiên là anh ta không thể tái phạm, dù chỉ một lần!

95. A Letter to a Dying Man

Bassui wrote the following letter to one of his disciples who was about to die:

"The essence of your mind is not born, so it will never die. It is not an existence, which is perishable. It is not an emptiness, which is a mere void. It has neither color nor form. It enjoys no pleasures and suffers no pains.

"I know you are very ill. Like a good Zen student, you are facing that sickness squarely. You may not know exactly who is suffering, but question yourself: What is the essence of this mind? Think only of this. You will need no more. Covet nothing. Your end which is endless is as a snow-flake dissolving in the pure air."

Thư gửi người sắp chết

Một trong các đệ tử của ngài *Bassui* đang hấp hối và ngài đã viết cho anh ta lá thư sau đây:

"Thể tánh trong tâm con không sinh nên cũng không bao giờ diệt. Thể tánh ấy như một khoảng trống. Thể tánh ấy không có màu sắc, hình thể. Thể tánh ấy không thọ hưởng niềm vui và cũng không chịu đựng khổ đau.

"Ta biết con bệnh rất nặng. Là một thiền sinh giỏi, con đang dũng cảm đối mặt với căn bệnh. Có thể con không biết chính xác là ai đang đau đớn, nhưng hãy tự vấn rằng: 'Thể tánh của tâm này là gì?' Chỉ suy nghĩ duy nhất một điều này thôi! Con sẽ không cần gì thêm nữa. Đừng mong cầu gì cả. Cái chết của con vốn không phải là chấm dứt, chỉ như một bông tuyết tan biến giữa trời không!"

Viết sau khi dịch

Thể tánh của tâm không sinh không diệt, vậy cái gì như bông tuyết tan giữa trời không? Cho nên, vòng sinh diệt nối tiếp không ngừng rốt lại chẳng liên quan gì đến thể tánh của tâm, chỉ vì không nhận biết điều đó mà mỗi chúng ta luôn tự nhận lấy sự sống chết. Thiền sư dạy chỉ suy nghĩ duy nhất một điều, đó chính là đã buông bỏ được vô số những suy nghĩ sai lầm khác!

96. A Drop of Water

A Zen master named Gisan asked a young student to bring him a pail of water to cool his bath.

The student brought the water and, after cooling the bath, threw on to the ground the little that was left over.

"You dunce!" the master scolded him. "Why didn't you give the rest of the water to the plants? What right have you to waste even a drop of water in this temple?"

The young student attained Zen in that instant. He changed his name to *Tekisui*, which means a drop of water.

Một giọt nước

Thiền sư *Gisan* nhờ một thiền sinh trẻ mang đến một thùng nước để pha nước tắm.

Người thiền sinh mang nước đến. Sau khi pha đủ nước tắm, anh ta đổ chút nước còn thừa ra nền đất.

Thiền sư quở trách: "Đồ ngốc! Tại sao con không dùng

nước thừa để tưới cây? Con không được hoang phí dù chỉ một giọt nước trong chùa này."

Ngay khi ấy người thiền sinh trẻ bừng tỉnh ngộ. Anh ta đổi tên là *Tekisui*, trong tiếng Nhật có nghĩa là "một giọt nước".

Viết sau khi dịch

Hiểu được ý nghĩa của một giọt nước cũng là hiểu được ý nghĩa của một đời tu tập. Người tu hành nếu vô tâm trong việc hoang phí dù chỉ một giọt nước thì dựa vào đâu để đạt được sự chứng ngộ?

97. Teaching the Ultimate

In early times in Japan, bamboo-and-paper lanterns were used with candles inside. A blind man visiting a friend one night, was offered a lantern to carry home with him.

"I do not need a lantern," he said. "Darkness or light is all the same to me."

"I know you do not need a lantern to find you way," his friend replied, "but if you don't have one, someone else may run into you. So you must take it."

The blind man started off with the lantern and before he had walked very far someone ran squarely into him. "Look out where you are going." he exclaimed to the stranger. "Can't you see this lantern?"

"Your candle has burned out, brother," replied the stranger.

Giảng dạy chân lý

Vào thời xưa, người Nhật thường dùng những chiếc đèn lồng làm bằng nan tre phết giấy chung quanh và thắp nến bên trong. Đêm nọ, một người mù đến thăm bạn và khi ra về được trao cho một chiếc đèn lồng để đi đường.

Anh ta nói: "Tôi không cần đèn lồng. Với tôi thì tối hay sáng cũng vậy thôi."

Người bạn đáp: "Tôi biết anh không cần đèn để thấy đường đi, nhưng nếu không có đèn thì người khác có thể đụng vào anh. Cho nên anh phải cầm lấy."

Người mù ra về với chiếc đèn lồng và đi chưa được bao xa thì bỗng có một người đâm sầm vào anh. Anh ta lớn tiếng với người ấy: "Này, đi đứng thận trọng chứ! Anh không nhìn thấy cái đèn này sao?"

Người lạ trả lời: "Này anh bạn, nến đã cháy hết mất rồi!"

Viết sau khi dịch

Mặt trời mặt trăng tuy sáng nhưng chẳng ích gì cho người mù. Chân lý có thể mang lại đời sống giải thoát nhưng cũng chẳng ích gì cho những kẻ mê lầm. Người giảng dạy giáo pháp tối thượng nếu không tự mình đạt được sự chứng ngộ thì thật khó tránh khỏi như người mù kia, cứ ngỡ mình đang soi sáng đường đi mà không biết rằng nến trong đèn đã tắt!

98. Non-Attachment

Kitano Gempo, abbot of *Eihei* temple, was ninety-two years old when he passed away in the year 1933. He endeavored his whole life not to be attached to anything. As a wandering mendicant when he was twenty he happened to meet a traveler who smoked tobacco. As they walked together down a mountain road, they stopped under a tree to rest. The traveler offered *Kitano* a smoke, which he accepted, as he was very hungry at the time.

"How pleasant this smoking is," he commented. The other gave him an extra pipe and tobacco and they parted.

Kitano felt: "Such pleasant things may disturb meditation.

Before this goes too far, I will stop now." So he threw the smoking outfit away.

When he was twenty-three years old he studied *I-King*, the profoundest doctrine of the universe. It was winter at the time and he needed some heavy clothes. He wrote his teacher, who lived a hundred miles away, telling him of his need, and gave the letter to a traveler to deliver. Almost the whole winter passed and neither answer nor clothes arrived. So *Kitano* resorted to the prescience of *I-King*, which also teaches the art of divination, to determine whether or not his letter had miscarried. He found that this had been the case. A letter afterwards from his teacher made no mention of clothes.

"If I perform such accurate determinative work with *I-King*, I may neglect my meditation," felt *Kitano*. So he gave up this marvelous teaching, and never resorted to its powers again.

When he was twenty-eight he studied Chinese calligraphy and poetry. He grew so skillful in these arts that his teacher praised him. *Kitano* mused: "If I don't stop now, I'll be a poet, not a Zen teacher." So he never wrote another poem.

Không vướng mắc

Vị trú trì chùa *Eihei* là *Kitano Gempo* viên tịch vào năm 1933, thọ 92 tuổi. Suốt đời ngài đã cố gắng để không bị vướng mắc vào bất cứ điều gì.

Năm lên 20 tuổi, khi còn làm một vị tăng hành cước, ngài tình cờ gặp một khách bộ hành hút thuốc lá. Hai người cùng đi trên một đoạn đường núi và dừng nghỉ dưới một tàn cây. Người khách mời hút thuốc và ngài *Kitano* nhận lời vì lúc đó ngài đang rất đói.

Rồi ngài nhận xét: "Hút thuốc thế này thật dễ chịu quá!"

Người kia liền biếu thêm cho ngài một ống điếu và ít thuốc lá. Sau đó họ chia tay.

Ngài *Kitano* suy nghĩ: "Những thứ tạo ra cảm giác thích thú đến thế có thể quấy nhiễu sự thiền định. Trước khi vướng quá sâu vào việc này, ta phải dừng lại ngay." Thế là ngài vất bỏ cả thuốc và ống điếu.

Năm 23 tuổi, ngài nghiên cứu Dịch học, học thuyết uyên áo nhất về vũ trụ. Vào mùa đông, ngài cần một số quần áo ấm nên viết thư cho thầy ở cách đó một trăm dặm để cho thầy biết nhu cầu của mình. Ngài trao thư cho một khách bộ hành nhờ chuyển giúp. Mùa đông gần như đã sắp qua hết nhưng không thấy thư trả lời, cũng chẳng thấy quần áo gửi đến! Vì thế, ngài *Kitano* liền dùng đến khả năng tiên tri của Dịch học thông qua khoa chiêm bốc để xác định xem lá thư của ngài có bị thất lạc hay không. Kết quả cho thấy là thư đã bị lạc. Sau đó, ngài nhận được thư của thầy và quả nhiên không thấy nói gì đến vấn đề y phục.

Ngài *Kitano* lại nghĩ: "Nếu nhờ vào Dịch học mà ta thực hiện được những tiên đoán chính xác đến thế, ta có thể sẽ xao lãng việc thiền định." Thế là ngài từ bỏ môn học kỳ diệu này và chẳng bao giờ dùng đến năng lực của nó nữa.

Khi được 28 tuổi, ngài theo học thư pháp chữ Hán và làm thơ. Ngài trở nên tài hoa trong những môn nghệ thuật này đến nỗi thầy dạy ngài hết sức khen ngợi. Ngài tự nhủ: "Nếu ta không dừng lại ngay lúc này, có lẽ ta sẽ trở thành một nhà thơ chứ không phải thiền sư!" Và thế là ngài không bao giờ làm thơ nữa!

Viết sau khi dịch

Những sự vướng mắc luôn sẵn có quanh ta và ngay bên trong ta. Vấn đề là ta có chấp nhận chúng hay không và quyết tâm từ bỏ chúng như thế nào. Chỉ cần có thể thực sự không vướng mắc thì con đường đi đến giải thoát sẽ tự nhiên rộng mở, mọi chướng ngại đều không còn nữa!

99. Tosui's Vinegar

Tosui was the Zen master who left the formalism of temples to live under a bridge with beggars. When he was getting very old, a friend helped him to earn his living without begging. He showed Tosui how to collect rice and manufacture vinegar from it, and Tosui did this until he passed away.

While Tosui was making vinegar, one of the beggars gave him a picture of the Buddha. Tosui hung it on the wall of his hut and put a sign beside it. The sign read:

"Mr. Amida Buddha: This little room is quite narrow. I can let you remain as a transient. But don't think I am asking you to help me to be reborn in your paradise."

Chua như giấm

Thiền sư *Tosui*[1] đã rời bỏ tính hình thức trong các thiền viện để đến sống dưới một gầm cầu cùng với những người ăn mày. Khi ngài quá già, một người bạn đã giúp ngài kiếm sống mà không phải đi xin ăn. Người này dạy cho ngài cách làm ra giấm từ những hạt gạo thu nhặt được. Ngài Tosui đã làm công việc này mãi cho đến khi ngài qua đời.

Trong khi ngài đang làm giấm, có người ăn mày mang đến cho ngài một bức tranh vẽ tượng Phật. Ngài liền treo lên vách lều và ghi thêm mấy dòng bên dưới:

"Thưa ông Phật A-di-đà! Căn phòng nhỏ này quá chật. Tôi có thể để ông ở lại đây như một người khách tạm, nhưng

---

[1] Tức thiền sư Tosui Unkei, sinh năm 1612 và mất năm 1683, thuộc tông Tào Động của Nhật.

xin đừng nghĩ rằng tôi sẽ nhờ ông giúp đỡ tôi sinh về cõi Phật của ông!"

Viết sau khi dịch

Mỗi người một phương tiện, dù cùng hướng về sự giải thoát nhưng không thể giống hệt như nhau. Nếu không thể dựa vào những lễ nghi hình thức, tất nhiên phải chọn con đường phá bỏ hình tướng. Đã lìa hình tướng lại gặp hình tướng, cho nên phải tự nhắc nhở mình. Nhưng dù là chỉ để tự nhắc nhở mình, những lời như thế quả thật là chua như giấm!

100. The Silent Temple

Shoichi was a one-eyed teacher of Zen, sparkling with enlightenment. He taught his disciples in Tofuku temple.

Day and night the whole temple stood in silence. There was no sound at all.

Even the reciting of sutras was abolished by the teacher. His pupils had nothing to do but meditate.

When the master passed away, an old neighbor heard the ringing of bells and the recitation of sutras. Then she knew Shoichi had gone.

Ngôi chùa tĩnh lặng

Thiền sư *Shoichi* chỉ có một con mắt nhưng lấp lánh trong đó là ánh sáng giác ngộ. Ngài dạy thiền ở chùa Tofuku.

Suốt ngày đêm, cả ngôi chùa sừng sững trong tĩnh lặng, không có bất cứ một âm thanh nào.

Ngay cả việc tụng kinh cũng bị thầy hủy bỏ. Các thiền sinh không làm bất cứ điều gì khác ngoài việc tham thiền.

Khi thiền sư viên tịch, một bà lão sống gần đó nghe tiếng chuông ngân và tiếng tụng kinh. Bà biết ngay là thiền sư *Shoichi* đã qua đời.

Viết sau khi dịch

Sự tĩnh lặng là cần thiết cho việc tu tập. Thiền sư đã cố gắng tạo ra một sự tĩnh lặng trong môi trường tu tập để giúp các đệ tử của mình dễ dàng hơn trong việc thực hành thiền. Nhưng sự tĩnh lặng bên ngoài rồi cũng phải thay đổi theo thời gian và hoàn cảnh, chỉ có sự tĩnh lặng trong nội tâm mới được bền vững mà thôi!

101. Buddha's Zen

Buddha said: "I consider the positions of kings and rulers as that of dust motes. I observe treasures of gold and gems as so many bricks and pebbles. I look upon the finest silken robes as tattered rags. I see myriad worlds of the universe as small seeds of fruit, and the greatest lake in India as a drop of oil on my foot. I perceive the teachings of the world to be the illusion of magicians. I discern the highest conception of emancipation as a golden brocade in a dream, and view the holy path of the illuminated ones as flowers appearing in one's eyes. I see meditation as a pillar of a mountain, Nirvana as a nightmare of daytime. I look upon the judgment of right and wrong as the serpentine dance of a dragon, and the rise and fall of beliefs as but traces left by the four seasons."

Pháp thiền của Phật

Đức Phật dạy: "Ta xem ngôi vị của các bậc vua chúa cầm quyền chỉ như hạt bụi nhỏ. Ta xem những kho báu vàng ngọc như những đống gạch vụn và đá sỏi. Ta xem những những y phục bằng lụa tốt mịn nhất như những miếng giẻ rách. Ta xem hằng sa thế giới trong vũ trụ này như những hạt cải, và cái hồ nước lớn nhất chỉ như giọt dầu nhỏ lên bàn chân ta.[1] Ta nhìn mọi giáo pháp của thế gian chỉ như trò ảo thuật. Ta nhận thức ý niệm cao siêu nhất của sự giải thoát như mảnh gấm thêu vàng trong giấc mộng, và thánh đạo của những bậc giác ngộ như những đóa hoa phản chiếu trong mắt người. Ta xem thiền định như cột trụ chống đỡ ngọn núi, Niết-bàn như cơn ác mộng giữa ban ngày.[2] Ta xem sự phán đoán đúng sai như sự uốn lượn của một con rồng, và sự tăng giảm của những niềm tin chỉ như dấu vết đổi thay tuần tự theo sau bốn mùa."[3]

Viết sau khi dịch

Có pháp thiền rốt ráo nào lại không là pháp Phật? Có lời dạy nào của Phật lại không là pháp thiền? Dù vậy, để tiến tu trên đường đạo cũng không thể không có sự phân biệt học hỏi trong các phạm trù khái niệm. Cho nên, ghi nhớ được những lời dạy ở đây thì có thể xem là đã chuẩn bị đủ hành trang cho một cuộc lên đường.

---

[1] Những so sánh này nhằm chỉ ra tính chất nhỏ nhoi, vô giá trị của các khái niệm được đề cập, như hạt bụi, như gạch vụn, đá sỏi, như giẻ rách, như hạt cải, như giọt dầu, đều là những khái niệm nhỏ nhoi, không có giá trị gì đáng kể.

[2] Những sự so sánh này đều nhằm chỉ ra tính chất không thật có của các khái niệm được đề cập, như trò ảo thuật, như gấm thêu trong mộng, như hình hoa trong mắt, như cột trụ chống núi, như ác mộng ban ngày, đều là những khái niệm không thật có.

[3] Những sự so sánh này nhằm chỉ ra tính chất không cố định, liên tục thay đổi của các khái niệm được đề cập, như rồng uốn lượn, như bốn mùa trôi qua, đều là những hình ảnh liên tục thay đổi, không cố định.

MỤC LỤC

Lời nói đầu 5
1. A Cup of Tea 9
Tách trà 9
2. Finding a Diamond on a Muddy Road 10
Hạt ngọc trong bùn 12
3. Is That So? 15
4. Obedience 17
Người biết vâng lời 18
5. You Love, Love Openly 20
Hãy yêu công khai 20
6. No Loving-Kindness 21
Chẳng động lòng thương 22
7. Announcement 23
Thông báo 23
8. Great Waves 24
Những đợt sóng lớn 25
9. The Moon Cannot Be Stolen 27
Vầng trăng không thể đánh cắp 27
10. The Last Poem of Hoshin 28
Bài thơ cuối cùng 29
11. The Story of Shunkai 32
Chuyện nàng Shunkai 33
12. Happy Chinaman 36
Hoan Hỷ Phật 37
13. A Buddha 38
Ông Phật 39

14. Muddy Road 40
Quãng đường lầy lội 41
15. Shoun and His Mother 42
Hai mẹ con 43
16. Not Far from Buddhahood 45
Không xa quả Phật 46
17. Stingy in teaching 47
Nói ít, hiểu nhiều 48
18. A Parable 51
Ngụ ngôn 51
19. The First Principle 52
Kiệt tác 53
20. A Mother's Advice 55
Lời khuyên của mẹ 55
21. The Sound of One Hand 56
Âm thanh của một bàn tay 58
22. My Heart Burns Like Fire 60
Trái tim bốc lửa 61
23. Eshun's Departure 62
Lên đường 63
24. Reciting Sutras 63
Tụng kinh 64
25. Three Days More 65
Thêm ba ngày nữa 66
26. Trading Dialogue for Lodging 67
Tranh biện 68
27. The Voice of Happiness 70
Âm hưởng của niềm vui 70
28. Open Your Own Treasure House 71
Hãy mở kho báu của chính mình 72

MỤC LỤC

29. No Water, No Moon 73
Không còn trăng trong nước 74
30. Calling Card 74
Thiếp báo danh 75
31. Everything Is Best 76
Chỉ có loại tốt nhất 76
32. Inch Time Foot Gem 77
Mỗi khắc một phân vàng 77
33. Mokusen's Hand 78
Bài học bàn tay 78
34. A Smile In His Lifetime 79
Nụ cười cuối đời 80
35. Every-Minute Zen 81
Thiền miên mật 81
36. Flower Shower 82
Mưa hoa 82
37. Publishing the Sutras 83
Ấn tống kinh điển 84
38. Gisho's Work 86
Cuộc đời Gisho 87
39. Sleeping in the daytime 88
Ngủ ngày 89
40. In Dreamland 90
Trong cõi mộng 90
41. Joshu's Zen 91
Thiền Triệu Châu 92
42. The Dead Man's Answer 93
Người chết trả lời 93
43. Zen in a Beggar's Life 94
Thiền trong kiếp ăn mày 95

201

44. The Thief Who Became a Disciple 96
Dạy dỗ kẻ trộm 97
45. Right and Wrong 98
Phân biệt đúng sai 98
46. How Grass and Trees 99
Become Enlightened 99
Cỏ cây giác ngộ 100
47. The Stingy Artist 101
Họa sĩ tham tiền 102
48. Accurate Proportion 104
Độ chính xác 105
49. Black-Nosed Buddha 105
Tượng Phật mũi đen 106
50. Ryonen's Clear Realization 107
Liễu ngộ 108
51. Sour Miso 110
Thức ăn ngon 111
52. Your Light May Go Out 112
Không còn sáng tỏ 112
53. The Giver Should Be Thankful 113
Người cho phải biết ơn 114
54. The Last Will and Testament 115
Ý nguyện cuối cùng và di thư 116
55. The Tea-Master and the Assassin 118
Vị trà sư và kẻ mưu sát 119
56. The True Path 121
Con đường chân thật 121
57. The Gates of Paradise 122
Cửa thiên đường đang mở 122
58. Arresting the Stone Buddha 123
Bắt giam Phật đá 124

MỤC LỤC

59. Soldiers of Humanity 126
Chiến sĩ 126
60. The Tunnel 127
Đường hầm 128
61. Gudo and the Emperor 130
Thiền sư và hoàng đế 131
62. In the Hands of Destiny 132
Số mệnh 133
63. Killing 134
Giết hại 134
64. Kasan Sweat 135
Toát mồ hôi 136
65. The Subjugation of a Ghost 136
Chinh phục bóng ma 138
66. Children of His Majesty 140
Con dân của ngài 140
67. What Are You Doing! 141
What Are You Saying! 141
Con làm gì vậy? 142
68. One Note of Zen 145
Nốt nhạc thiền 145
69. Eating the Blame 146
Nuốt cả lỗi lầm 147
70. The Most Valuable Thing in the World ... 147
Vô giá 148
71. Learning To Be Silent 148
Học cách im lặng 149
72. The Blockhead Lord 150
Vị lãnh chúa ngu ngốc 150
73. Ten Successors 151
Mười người nối pháp 151

74. True Reformation	152
Chuyển hóa	153
75. Temper	154
Cơn giận	155
76. The Stone Mind	156
Tảng đá trong tâm	156
77. No Attachment to Dust	157
Không vướng bụi trần	158
78. Real Prosperity	160
Thịnh vượng	160
79. Incense Burner	161
Lư hương	162
80. The Real Miracle	163
Phép mầu	164
81. Just Go To Sleep	165
Ngủ đi thôi!	166
82. Nothing Exists	166
Vô nhất vật	167
83. No Work, No Food	168
Bất tác bất thực	168
84. True Friends	169
Tri kỷ	170
85. Time To Die	171
Đến lúc phải chết	171
86. The Living Buddha and the Tubmaker	172
Ông Phật sống và người thợ đóng thùng	172
87. Three Kinds of Disciples	173
Ba hạng đệ tử	174
88. How To Write a Chinese Poem	175
Làm thơ	175

MỤC LỤC

89. Zen Dialogue	176
Thiền cơ	177
90. The Last Rap	178
Gõ một lần cuối	179
91. The Taste of Banzo's Sword	180
Nếm mùi lưỡi kiếm Banzo	181
92. Fire-Poker Zen	183
Thiền đũa bếp	184
93. Storyteller's Zen	184
Thiền kể chuyện	185
94. Midnight Excursion	186
Một chuyến đi đêm	187
95. A Letter to a Dying Man	188
Thư gửi người sắp chết	188
96. A Drop of Water	189
Một giọt nước	189
97. Teaching the Ultimate	190
Giảng dạy chân lý	190
98. Non-Attachment	191
Không vướng mắc	192
99. Tosui's Vinegar	194
Chua như giấm	194
100. The Silent Temple	195
Ngôi chùa tĩnh lặng	195
101. Buddha's Zen	196
Pháp thiền của Phật	196

Lời thưa

Trong kinh Pháp Cú, đức Phật dạy rằng: "Pháp thí thắng mọi thí." Thực hành Pháp thí là chia sẻ, truyền rộng lời Phật dạy đến với mọi người. Mỗi người Phật tử đều có thể tùy theo khả năng để thực hành Pháp thí bằng những cách thức như sau:

1. Cố gắng học hiểu và thực hành những lời Phật dạy. Tự mình học hiểu càng sâu rộng thì việc chia sẻ, bố thí Pháp càng có hiệu quả lớn lao hơn. Nên nhớ rằng **việc đọc sách còn quan trọng hơn cả việc mua sách.**

2. Phải trân quý kinh điển, sách vở in ấn lời Phật dạy. Khi có điều kiện thì mua, thỉnh về nhà để tự mình và người trong gia đình đều có điều kiện học hỏi làm theo. Không nên giữ làm của riêng mà phải sẵn lòng chia sẻ, truyền rộng, khuyến khích nhiều người khác cùng đọc và học theo. Không nên để kinh sách nằm yên đóng bụi trên kệ sách, vì **kinh sách không có người đọc thì không thể mang lại lợi ích.**

3. Tùy theo khả năng mà đóng góp tài vật, công sức để hỗ trợ cho những người làm công việc biên soạn, dịch thuật, in ấn, lưu hành kinh sách, **để ngày càng có thêm nhiều kinh sách quý được in ấn, lưu hành.**

Thông thường, việc chi tiêu một số tiền nhỏ không thể mang lại lợi ích lớn, nhưng nếu sử dụng vào việc giúp lưu hành kinh sách thì lợi ích sẽ lớn lao không thể suy lường. Đó là vì đã giúp cho nhiều người có thể hiểu và làm theo lời Phật dạy. Mong sao quý Phật tử khắp nơi đều lưu tâm đóng góp sức mình vào những việc như trên.

TINH YẾU THỰC HÀNH PHÁP THÍ

- *Mua thỉnh kinh sách về đọc, tự mình sẽ được rất nhiều lợi ích.*

- *Chia sẻ, truyền rộng bằng cách cho mượn, biếu tặng kinh sách đến nhiều người thì lợi ích ấy càng tăng thêm gấp nhiều lần.*

- *Đóng góp công sức, tài vật để hỗ trợ công việc biên soạn, dịch thuật, giảng giải, in ấn, lưu hành kinh sách thì công đức lớn lao không thể suy lường, vì có vô số người sẽ được lợi ích từ việc lưu hành kinh sách.*

www.ingramcontent.com/pod-product-compliance
Lightning Source LLC
Chambersburg PA
CBHW070057080526
44586CB00013B/1092